கிரேஸியுடன் சிரியுங்கள்

சிறுகதைகள், கட்டுரைகள்

2

கிரேஸி
மோகன்

அறிவே விளக்கு
அல்லயன்ஸ்

அல்லயன்ஸ்

[125 - வது ஆண்டைக் கொண்டாடும் முதல் தமிழ்ப் புத்தக நிறுவனம்]

கிரேஸியுடன் சிரியுங்கள் - 2

Crazyudan Siriyungal Vol. 2

உரிமைப் பதிவு

முதற் பதிப்பு : 2025

அட்டை ஓவியம்: கேஷவ்

ISBN	:	978-93-6358-940-7
Total No. of Pages	:	156 Pages
Laser Typeset	:	Rani Graphics, Chennai - 04
Printing	:	Repro Books Ltd., India

THE ALLIANCE COMPANY

Publishers & Booksellers

Old No. 244, New No. 64, Ramakrishna Mutt Road, Mylapore, Chennai - 600 004.

Tel.: 044 - 2464 1314 | Mob.: 928 928 1314

www. alliancebook.com ◆ email: books@alliancebook.com

சமர்ப்பணம்

திரு.கிச்சா எனும் P.S.கிருஷ்ணன்

எனக்கு வகுப்பு தோழன். என்னையும் விட மோகனிற்கு 40 ஆண்டு கால ஆத்மார்த்தமான நண்பன். கிருஷ்ணரும் குசேலரும் போல இந்த கிருஷ்ணரும், நம் **chocolate** கிருஷ்ணரும். கிச்சா பெயருக்கு ஏற்றாற் போல் விஷமக்காரர்தான். அந்த சேஷ்டைகளை அனுபவித்து, ரசித்து மோகன் எழுதியதுதான் கிச்சா **Series, America**வில் கிச்சா போன்றவை. எங்களின் பல டீவி நாடகங்களில் நடித்துள்ளார் கிச்சா. ஒளிவு மறைவில்லா இனிமையான நண்பர்.

'Crazy' Thoughts

ஒரு கலைஞன் இல்லாதபோதும் பெருமை தொடரலாம். ஆனால் அப்பெருமை அக்கலைஞன் இருந்தபோது உருவாக்கியது.

அவர் இப்போது இல்லை என்பது என் மனதிற்குள் பதிவாகவில்லை. 'கிரேசிக்கு ஒரு போன் போடலாமே' என்று ஒரு வினாடி சிந்தனை தோன்றி மறைவதும் உண்டு.

என் மனதிலும், என் தொடர்பு எண் பட்டியலிலும் அழியாத, அழிக்க முடியாத சில பெயர்கள் இருக்கின்றன. KB சார், நாகேஷ் சார், அனந்து சார், சந்திரஹாசன்... இப்போ மோகன். இது நட்பையும் தாண்டியது. அவரை மோகனஹாசன் என்றே சொல்லலாம்.

Crazy மோகன் is a simple man. 'இது நான் சொன்னது, இது நான் எழுதினது, இது என்னோடது' என்று அவருக்கு எந்த எண்ணமும் கிடையாது. தான் சிந்தித்தவற்றை, பக்கத்தில்

இருப்பவர்களுக்குக் கொடுப்பதில் அவருக்கு ஒருபோதும் எந்தத் தயக்கமும் இருந்ததே இல்லை. பேனாவைத் திறந்தால் எழுத்து வரும்.

வரும் என்கிற நம்பிக்கை இருப்பவர்களுக்கு மட்டும்தான் அந்தத் துணிச்சல் வரும். அவரிடம் நகைச்சுவை மட்டும்தான் இருந்ததே தவிர, போட்டி, பொறாமை, வீண் வம்பு என்று எதையும் நான் பார்த்தது இல்லை.

அவருடைய craziness ஒரு ஒட்டுவாரொட்டி. எனக்கும் அந்த வியாதி உண்டு. அதை நான் சந்தோஷமாகப் பயன்படுத்திக்கொண்டு இருக்கிறேன்.

மோகன் மாதிரி tangential-ஆக humour யோசிக்கிற ஆள் 'யாம் அறிந்த இந்தியாவிலே எங்கும் காணோம்.' இதை பாரதி சொன்ன அதே திமிருடனேயே நானும் சொல்கிறேன்.

நாகேஷ், மௌலி, நான், மோகன் எல்லாம் ஒரு lineage. I definitely think a connecting wire runs between us. என் கதையில், அவர் கதை கொஞ்சம் கலக்காமல் இருக்காது. மோகன் கதையில் மௌலி சார் கதை கலக்காமல் இருக்காது.

இந்தியாவின் பெரிய காமெடி writer Mohan. ஆனால் உள்ளுக்குள் சீரியஸான ஆள். அவரது சீரியஸ் முகத்தை அவர் வெளியே கொண்டுவரவே இல்லை என்கிற என் வருத்தத்துக்கு பதில்தான் அவரோட 'ரமணாயணம்'.

பொதுவாக சுடுகாடு என்பது முடிவைக் குறிக்கும். ஆனால் St. Mary's இடுகாட்டில் ஆரம்பித்த எங்கள் நட்பு, இன்றும் என்றும் Mohan அவர்களின் நகைச்சுவையைப் போல காலத்தால் அழியாதிருக்கும்.

கமல்ஹாசன்
22.08.2024

வாழ்த்துரை

திரு. கிரேஸி மோகன் அவர்களின் எழுத்தாற்றல் தனி பிரசித்தி உடையது. அவரை சுமார் 33 வருடத்திற்கு முன்பாக எனது நண்பர் திரு இராமநாதன் (பழம்பெரும் கர்நாடக சங்கீத வித்வான் திரு. ராம்நாத் அவர்களின் மகன்) அவர்களால் அறிமுகப்படுத்தப் பட்டேன். திரு. மோகன் அவர்களின் எழுத்தாற்றல், வசனம் என்றும் ஒரு unbelievable humour with profound message. மேலும் அவரது பாணியில் வம்புகளுக்குக் கண்டிப்பாக இடமில்லை. இது யார் மனதையும் புண்படுத்தாத humour. சிறிய குழந்தைகள் முதல் வயதானவர்கள் வரை ஈர்க்கும் இவரது பாணி. திரு. கிரேஸி மோகன் had a very great value system with which he lived, has made him a distinct human being.

Very happy to note that his able brother Mr. Madhu Balaji along with Crazy Creations team are carrying the legacy of Mr. Mohan with young fresh talents, thus keeping his humour and dialogues alive for next generation. This book containing Mohan's work is a great tribute for his contribution.

ரவி அப்பாசாமி

அல்லயன்ஸ்ஸுடன் அல்லயன்ஸ்...

125 வருஷங்களாக இருக்கும் அல்லயன்ஸ் கம்பெனியுடன் எங்களுக்கு ரொம்ப வருஷங்களாகத் தொடர்பு உண்டு. எங்க அப்பா மைலாப்பூர் பிராஞ்ச் இந்தியன் பாங்க்ல அக்கௌண்ட்டண்ட்டா இருந்த காலத்துலேந்தே தொடர்பு உண்டு. அங்கிருந்து நிறைய புஸ்தகங்களை வாங்கி படிச்சிருக்கார்... விரும்பி கேட்டு வாங்கிப் படிப்பார். ஸ்ரீநிவாஸனுடைய அப்பாகிட்டயும், ஸ்ரீநிவாஸன்கிட்டயும் கேட்டு வாங்கிப்பார். ஏன்னா, எங்க அப்பாவுக்கு படிக்கற ஆர்வம் ரொம்ப உண்டு. எங்க அப்பா மாதிரியே மோகனுக்கும் படிக்கற ஆர்வம் இருந்து, அவனும் அல்லயன்ஸ் கம்பெனிலேந்து நிறைய வாங்கி படிப்பான்.

மோகன் எழுத ஆரம்பித்து, ஒரு கட்டத்துல, மைலாப்பூர்ல ஸ்ரீநிவாஸனை சந்திக்கறச்சே எல்லாம், 'சீனு...! நான் உங்க ஆபீஸுக்கு வரேன்... வரேன்...! எங்க டிராமாவ எல்லாம் புஸ்தகமாப் போடணும்' என்று சொல்லிக் கொண்டே இருப்பான். ஸ்ரீநிவாஸன் சாரும் 'வாங்க சார்... வாங்க சார்...'ன்னு சொல்லிக் கொண்டே இருப்பார். சோ சாரும் மோகன் கிட்ட, 'உன் புஸ்தகங்களை யெல்லாம் அல்லயன்ஸ் மூலமா கொண்டு வா. பாதுகாப்பா இருக்கும். நாளைக்கு வருங்கால சந்ததியினருக்கு மிகவும் usefulஆ இருக்கும்' என்று ஒரு தடவை சொன்னார்.

இந்த முயற்சி ரொம்ப நாளா நடந்துண்டே இருந்தது. எல்லாத்துக்கும் மேல மோகன் தன்னுடைய 'டைரி'யில எழுதி வெச்சிருந்தான். அதை நான் மோகன் இறந்து போனதுக்கப்புறம்தான் பார்த்தேன். 'என்னுடைய எழுத்துக்கள் அனைத்தும், நாடகங்கள் மட்டுமல்ல, அனைத்து எழுத்துக்களும் அல்லயன்ஸ் கம்பெனி மூலம்தான் வெளிவரவேண்டும்' என்று எழுதியிருந்தான். ஆனால், முன்னாடி நாங்கள் ஓரிரு புத்தகங்களை வேறு சில பதிப்பகங்களுக்குக் கொடுத்திருந்தோம். அதையெல்லாம் கூட, அவர்களிடம் அனுமதி பெற்று, அல்லயன்ஸ் கிட்ட கொடுத்திருக்கேன். என்ன காரணம்னா, என்னுடைய future generation பேரன்... கொள்ளு பேரன்.... இவங்களெல்லாம் மைலாப்பூர்லதான் naturalஆ வாழப் போறாங்க. இல்லை... வேற எங்கயாவது இருந்தாக்கூட, இந்தப் பக்கம் வந்தால், அவங்களுக்கு தாத்தாவோட contributions வேணும்னா அவர்கள்

அல்லயன்ஸுக்குப் போய் வாங்கிக் கொள்ளலாம். ஒரே இடத்துல எல்லாம் இருந்துதுன்னா சௌகரியமா இருக்கும். அதனாலதான் நான் உடனடியாக ஸ்ரீநிவாஸனிடம் தொடர்பு கொண்டு, வேலையைத் துவக்கினோம்.

ஸ்ரீநிவாஸனுடைய மகன் பிரஷாந்த்தான் என்னுடன் co-ordinate பண்ணினார். Excellent person. அதாவது கண்டிப்பா அல்லயன்ஸ் ஒரு 70...80... வருஷங்களுக்கு Solidஆ இருக்கப் போறதுங்கறதுக்கு உதாரணம் பிரஷாந்த். ஒவ்வொரு விஷயத்தையும் கேட்டுக் கேட்டு, அவ்வளவு நன்றாக வேலை செய்கிறான். இது எனக்கு மிகவும் சந்தோஷம். ஏன்னா.. வேலை ரொம்ப speedஆக நடக்கிறது. மோகனுடைய எழுத்துக்கள் அனைத்தும் புஸ்தக வடிவில், அல்லயன்ஸ் மூலம் வெளிவரும்.

சோ அவர்கள் சொன்ன 'ஜோக்' ஒண்ணுதான் ஞாபகத்துக்கு வருது. 'ஜெனரல்லா அல்லயன்ஸ்னாக்கா ஒரு எலக்ஷன் வரைக்கும் கூட தாங்காது. நூறு ஆண்டுகள் தாங்கின அல்லயன்ஸ் இந்தியாவிலேயே இது ஒண்ணுதான் இருக்கும்.' சோ சொன்னதையேதான் நானும் சொல்றேன். எங்கள் கிரேஸி மோகன், கிரேஸி கிரியேஷன்ஸ் கூட வந்த அல்லயன்ஸ் காலம் முழுவதும் நீடிக்கும் என்று உறுதியாக சொல்கிறேன்.

மாது பாலாஜி

Thank You...

I thank our sponsors - **Appaswamy Real Estates, iSolve, The India Cements Limited, Leap Sports and Chennai Super Kings** - for having sponsored our stage plays for the past 35 years.

- Maadhu Balaji

I also appreciate the help of Shri. S. L. Nanu, Smt. Uthra Srinivasan and Smt. Shiela Srinivasan in bringing out this book.

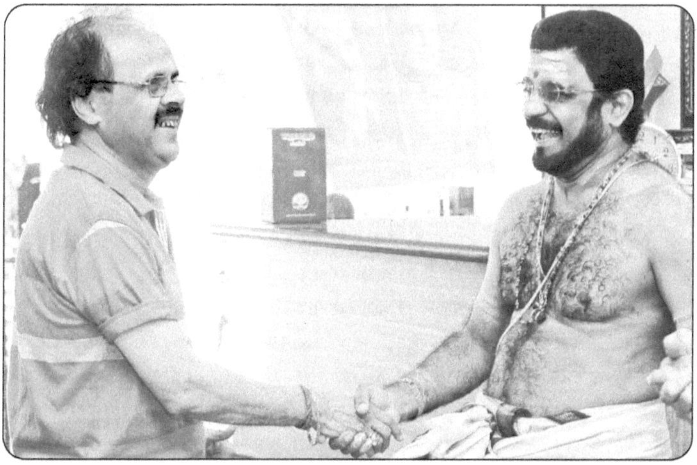

பாலாஜி கிட்ட பேசிட்டேன்

'சீனு! நான் கமலோட டிஸ்கஷன் டிஸ்கஷன்னு ரொம்ப பிஸியா இருக்கேன். ஆனால் பாலாஜி கிட்ட பேசிட்டேன். அவனை 'ஸ்க்ரிப்ட்' எல்லாம் எடுத்துண்டு வந்து உன்கிட்ட கொடுத்திட சொல்லியிருக்கேன்.' நான் எப்போதெல்லாம் மோகனைப் பார்க்கிறேனோ, அப்போதெல்லாம் அவரிடமிருந்து வரக் கூடிய பதில். மயிலாப்பூர் மாட வீதியில் உள்ள வெற்றிலை கடையாகட்டும், விழாவாகட்டும், நாங்கள் இருவரும் இருந்த விழா மேடையாகட்டும், திருமண நிகழ்ச்சியாகட்டும் எங்கு பார்த்தாலும் இதே பதில்தான்.

எனக்கும் மோகனுக்கும் 1992 முதலிலேயே தொடர்பு ஏற்பட்டது. அப்போது நாங்கள் 'சோ' அவர்களின் நாடகங்கள், கதைகள் எல்லாவற்றையும் புத்தகங்களாக வெளியிட ஆரம்பித்தோம். தமிழ் நாடக உலகில் பிரபலமாக இருந்த ஒய்.ஜி. மகேந்திரன், மௌலி, விசு, மெரீனா, எஸ்.வி.சேகர், கிரேஸி மோகன் போன்றவர்களின் நாடகங்களை எல்லாம் புத்தக வடிவில் கொண்டு வர எண்ணி, ஒவ்வொருவராக அவர்களது வீட்டிலேயே சென்று சந்தித்தேன். இவர்களில் சோ, மெரீனா ஆகியோரது நாடகங்களை வெளியிட்டோம். ஆனால், மற்றவர்கள் எல்லாம் அப்போதுதான் நாடகத்தில் வெற்றி பெற்று சினிமாவில் காலடி வைத்து மிகவும் பிஸியாக இருந்தார்கள். அந்த நேரத்தில்தான் எஸ்.வி. சேகரின் நாடகங்கள் எல்லாவற்றையும் ஒரே சமயத்தில், அன்றைய முதல்வர் ஜெயலலிதா வெளியிட்டார்.

சினிமாவில் நுழைந்த நாடக வெற்றியாளர்கள், அப்போது சென்னை தொலைக்காட்சியிலும் மிகவும் பிஸியாக இருந்தார்கள். இந்தச் சமயங்களிலும் மோகனை சந்திக்கும் போதெல்லாம், 'சீனு! பாலாஜி கிட்ட சொல்லிட்டேன்' என்ற பதில்தான். எவ்வளவு பிஸியாக இருந்தாலும் மோகன் நின்று பேசி விட்டுப் போவதோடு, எங்கள் வீட்டு மங்கல நிகழ்ச்சி, எங்கள் நிறுவன புதிய கட்டிட திறப்பு விழா, எங்கள் அலுவலகத்திற்கு ஸ்ரீ காஞ்சி பெரியவர் விஜயம் போன்ற நிகழ்ச்சிகளுக்குத் தவறாமல் வந்து விடுவார்.

ஒரு சமயம் சென்னை புத்தகக் காட்சியில் நான் செயலாளராக இருந்த போது, மோகனை சிறப்புப் பேச்சாளராக அழைத்திருந் தேன். அன்று நல்ல மழை. எல்லோரும் இந்த நிகழ்ச்சி ரத்து ஆகி விடும் என்று எண்ணினர். ஆனால், மோகனுடைய பேச்சைக் கேட்க வந்திருந்த கூட்டத்தைப் பார்த்ததும், குடையை பிடித்துக் கொண்டு, மோகன் மேடையேறி, 'மழை பெரியதாக இருக்கிறது. மழையை விட நீங்கள் அதிகமாக இருக்கிறீர்கள். நீங்கள் பேசச் சொன்னால் நான் பேசுகிறேன்' என்று 'மைக்'ல் பேசியவுடன், கூட்டத்தினரும் குடையுடன் பேச்சை ஆர்வமுடன் கேட்கத் தொடங்கினர். இயற்கை மழையுடன், நகைச்சுவை மழையையும் சேர்த்து அறுசுவை அவியல் போல் மக்கள் ரசித்தனர். மறக்க முடியாத நிகழ்ச்சி இது. மோகனுக்கும் மிகவும் மகிழ்ச்சி.

அங்கேயும் புறப்படும் போது, 'சீனு! பாலாஜிகிட்ட சொல்லிட் டேன்' என்ற பதில்தான். நாட்கள், மாதங்கள், வருடங்கள் ஓடின. மோகனும் சிரித்து, சிரிக்க வைத்து இயற்கை எய்தி விட்டார். பிறகு பாலாஜியை, கபாலி கோயிலில் சந்திப்பேன். நீண்ட நேரம் பேசுவோம், பேசுவோம், பேசிக் கொண்டேயிருப்போம். இப்படியே ஒரு சில வருடங்கள் ஓடின. எல்லாவற்றிற்கும் நேரம் வர வேண்டுமே! இப்போதுதான் வந்தது. அதுவும் சாதாரணமாக இல்லை. பாலாஜி தங்களது நாடக ஸ்க்ரிப்டையெல்லாம் தேடும் போது, மோகன் எழுதிய டைரியை படித்து, உடனே எனக்கு போன் செய்து, 'சீனு! மோகன் தன் டைரியிலேயே, 'என்னுடைய புத்தகங்கள் எல்லாம் அல்லயன்ஸ் கம்பெனியில் தான் வர வேண்டும்' என்று எழுதியிருக்கான் என்று தழுதழுத்துக் கூறினார். டைரி மூலமாக தனது நிலையை தெரிவித்த மோகனுக்கும், அதை என்னிடம் அன்புடன் தெரிவித்த பாலாஜிக்கும் எனது மனமார்ந்த நன்றி. கிரேஸி மோகன் பாலாஜியிடம் பேசி விட்டார்; பாலாஜியும் ஸ்க்ரிப்டையெல்லாம் தந்து விட்டார்; புத்தகங்களும் வந்து விட்டன. வாசகர்கள் எல்லாவற்றையும் வாங்கி ஆதரவு தெரிவிப்பார்கள் என நிச்சயம் நம்புகிறேன்.

அல்லயன்ஸ் ஸ்ரீநிவாஸன்

125வது ஆண்டில்...

தமிழில் நல்ல நூல்களை வெளியிட்டு வரும் அல்லயன்ஸ் ஸ்தாபகர் ஸ்ரீ வி. குப்புஸ்வாமி ஐயரை நான் பாராட்டுகின்றேன்.

- மகாத்மா காந்தி

நீதிகளைக் கற்பிக்கும் சிறுகதைகளையும், புதிய நாடகங்களையும், பல மொழிபெயர்ப்புக்களையும், இன்னும் பல விஷயங்களையும் எளிய அழகிய நடையில் வெளியிட்டுவரும் அல்லயன்ஸாரை நான் பாராட்டுகின்றேன்.

- மகாமகோபாத்தியாய டாக்டர் உ. வே. சுவாமிநாத ஐயர்

தமிழில் பல அழகிய புத்தகங்களை வெளியிட்டுவரும் அல்லயன்ஸாருக்கு நன்றி செலுத்தி அவர்களைத் தமிழ் மக்கள் ஆதரிக்க வேண்டுகின்றேன்.

- சி. ராஜகோபாலாச்சாரி

உலக சிரேஷ்டர்களின் சரிதையை எழுதுவதும் படிப்பதும் நமக்கு நல்லதையே செய்யும். அறிவை ஊட்டுவதற்கு இதுபோன்ற நூல்கள் பேருதவியாக இருக்கும். அல்லயன்ஸ் கம்பெனியாரோ பல பெரியோர்களின் சரித்திரத்தை வெளியிட்டவர்கள். மக்கள் நன்மையைக் கருதி உயர்ந்த நூல்களை வெளியிடும் அல்லயன்ஸ் கம்பெனியாருக்கு தக்க ஆதரவு கிடைக்குமென நம்புகிறேன். வந்தே மாதரம்.

- எஸ். சத்தியமூர்த்தி

இம்மாதிரியான புத்தகங்களை நமது பள்ளிகளில் இருக்கும் மாணவர்களுக்குக் கொடுப்பது அவசியம். இவைகளின் வழியாக நமது இளைஞர்கள் தேச சேவையைச் செவ்வையாகக் கற்றுக் கொள்ளலாம். இதுபோன்ற நூல்களை வெளியிடும் அல்லயன்ஸ் கம்பெனியாருக்கு தமிழ்நாடு என்றும் கடமைப்பட்டுள்ளது.

- முன்னாள் மத்திய மந்திரி டாக்டர் ப. சுப்பராயன்

நம் நாட்டுக்கு ஏற்பட்ட தனிப்பெருஞ் செல்வம் அதற்குக் கிடைத்த தலைவர்கள் என்று சொல்லலாம். வேறு எந்த நாட்டிற்கும் கிடைக்காத தலைமை நமக்கு உண்டு. தக்க சமயம் பார்த்து அல்லயன்ஸ் கம்பெனியார் இதுபோன்ற தேசபக்தர் நூல்களை வெளியிடுவதை நான் பாராட்டுகின்றேன்.

- முன்னாள் முதலமைச்சர் எம். பக்தவத்சலம்

தற்போது அல்லயன்ஸ் கம்பெனியார் தமிழ் உலகத்திற்குத் தந்துள்ள இதுபோன்ற அரிய ஜீவிய சரித்திரம் உண்மையில் நமது நாட்டிற்கு படிப்பினையை பூர்வாங்கமேனும் அடைவதற்குப் பெரிதும் உபயோகமாக இருக்குமென்று நான் நிச்சயமாக நம்புகிறேன்.

- 'ஹிந்து' முன்னாள் ஆசிரியர் ஏ. அரங்கசாமி ஐயங்கார்

தலைவர்களின் வாழ்க்கைச் சரித்திரப் புத்தகங்கள் எந்த இலக்கியத்திலும் ஒரு முக்கிய அம்சமாகும். அல்லயன்ஸ் கம்பெனியார் மற்ற பிரசுரகர்த்தர்களைவிட அதிகமான வாழ்க்கைச் சரித்திரப் புத்தகங்களை வெளியிட்டு, இந்திய சுதந்திரப் போராட்டத்தை இதன் மூலம் ஊக்குவித்தனர்.

- 'தினமணி' முன்னாள் ஆசிரியர் ஏ.என். சிவராமன்

நமது பிற்கால சந்ததிகள் தெரிந்து கொள்ளுவதற்காகத் திறம்பட நமது பெரியோர்களின் சரிதைகளை சரியாக எழுதி வைக்கும் வழக்கம் நமது தேசத்தில் இல்லாமலிருந்து வருவது வருந்தத்தக்கதாகும். இந்தக் குறையைத் திறம்பட போக்கி வரும் அல்லயன்ஸ் கம்பெனியார் நமது பாராட்டுதலுக்கும் நன்றிக்கும் உரியவர்களாகிறார்கள்.

- ஆர்.கே. ஷண்முகம் செட்டியார்

தேச பக்தர்களின் நூல்களை மிகவும் உயர்ந்த முறையில் பிரசுரித்திருக்கிறார்கள்.

- ஆனந்த விகடன்

நல்ல புத்தகங்களை, தகுந்த ஆசிரியர்களைக் கொண்டு எழுதி வெளியிடும் தன்மையில் அல்லயன்ஸ் கம்பெனியார் சிறந்தவர்கள். இத்தகைய பொறுப்பும் பிரயோஜனமுமான வேலையை அல்லயன்ஸ் கம்பெனியார் மேலும் மேற்கொள்வார்களாக.

- குமரன் (பத்திரிகை)

அல்லயன்ஸ் கம்பெனியாரது ஊக்கம் மேன்மேலும் அதிகரிக்கும் வண்ணம் தமிழ் மக்கள் இதுபோன்ற தேசபக்தர்களின் புத்தகங்களுக்கு ஆதரவு அளிப்பார்கள் என நம்புகிறோம்.

- சுதேசமித்திரன்

மிகவும் சொற்ப விலையில் இப்புத்தகத்தை பிரசுரிக்க அல்லயன்ஸ் கம்பெனியார் முன்வந்திருக்கிறபடியால், அவர்களுடைய எதிர்கால தேசிய சேவைக்கு ஊக்கங் கொடுக்கும் விதத்தில், இப்புத்தகத்தைத் தமிழர்கள் ஏராளமாய் வாங்கி ஆதரிப்பார்களென்று நம்புகிறேன்.

- 'தினமணி' முன்னாள் ஆசிரியர் டி.எஸ். சொக்கலிங்கம்

The publishers have done a service to Tamil Nadu by publishing in Tamil the biography of one who was the foremost leader of Indian opinion in modern times - Mahatmaji - whose sacrifices and services in the cause of the country were unprecedented.

- The Hindu

We trust that the students and youth will make the best use of the Publication.

- The Indian Express

No library of modern literature will be complete, it can be safely affirmed, without the excellent books of The Alliance Company.

- The Free Press

The Alliance Co., that enterprising publishers of Madras deserves the thanks of all lovers of Tamil for the service to the language.

- Sunday Times

மயிலை அல்லயன்ஸ் கம்பெனியாரின் வெளியீட்டுத் திறத்தை ஈண்டு விரித்துக் கூறவேண்டியதில்லை. அதை நாடறியும். அவர்களால் வெளியிடப்பெற்ற நூல்கள் தமிழ் நாட்டுக்குப் பலவகைகளிலும் பயன் விளைத்து வருவது கண்கூடு. நாட்டு நலங்கருதி ஒழுங்கு முறையில் உழைக்கும் அவர்களுக்கு நாடு கடமைப்படுவதாக.

- திரு. வி. க.

அல்லயன்ஸார் யாதொரு இடையூற்றையும் பொருட்படுத்தாது சிறிதும் ஊக்கம் குன்றாது நடத்திவரும் இந்த நிறுவனத்தின் மூலம் ஈடு செய்ய முடியாத அளவிற்குத் தமிழிற்குச் செய்திருக்கும் தொண்டு மிகவும் வியந்து பாராட்டுதற்குரியது.

- பெ. நா. அப்புஸ்வாமி

Books Published by Alliance Co., are highly popular books.

- Rt. Hon'ble V. S. Srinivasa Sastri

உள்ளே...

ஃபைவ் ஸ்டார் பலகாரக் கடை

வணக்கத்திற்குரிய வாசகர்களே!

உங்களை வேதாளமாக பாவித்துக் கூறுகிறேன், கேளுங்கள்...

எனக்கு, பல நிறைவேறாத வக்கிரமான அபிலாஷைகள் உண்டு... அவற்றில் முக்கியமான மூன்று:

முதலாவதாக பாலசரஸ்வதி பாட, வழுவூர் ராமையாப் பிள்ளை ஜதி போட, சுப்புடு பாராட்ட, மியூசிக் அகாடமியில் சிலுக்கு ஸ்மிதாவுக்கும் ஜெயமாலினிக்கும் 'சாதுர்யம் பேசாதேடி', வஞ்சிக்கோட்டை வாலிபன் போட்டி நடனம் நடக்க வேண்டும்... முதல் வரிசையில் நான் அமர்ந்து கொண்டு நடனத்தின் உச்சக்கட்டத்தில் பி.எஸ். வீரப்பா ஸ்டைலில் ''சபாஷ்... சரியான போட்டி!'' என்று சொல்லவேண்டும்.

இரண்டாவதாக இந்திய ஜனாதிபதியாக 'என்னெத்த' கன்னையாவும், உதவி ஜனாதிபதியாக உசிலை மணியும் ஐந்து ஆண்டுகள் செங்கோல் ஆட்சி செலுத்த வேண்டும்!

மூன்றாவதாக ஏதேனும் ஒரு ஐந்து நட்சத்திர ஓட்டலுக்குள் சென்று பேரரிடம் (சர்வர் என்ற சொல்லுக்கு உயர்வுநவிற்சியணி) ''சுடச்சுட மல்லிகைப்பூ மாதிரி ரெண்டு இட்லி.. நாலு மெதுவடை.... தொட்டுக்க 'புதினா' சட்னி, வெங்காய 'கொத்சு' 'சீனி' போடாம டிகிரி காபி...'' என்று நான் கூற 'பேரா', 'தான் வேலை பார்ப்பது' 'ஃபைவ் ஸ்டார் ஹோட்டலா' இல்லை, 'பீம விலாஸா' என்ற குழப்பத்தில் மயக்கம் போட்டு விழ வேண்டும்.

நான் பல முறை வீதியில் ஸ்கூட்டரில் செல்லும்போது அந்த 'ஓங்கி உலகளந்த உத்தமர் மேல் மாடி' ஓட்டலைப் பார்த்துப் பெருமூச்சு விட்டது உண்டு.

என்றாவது ஒரு நாள் இதில் நுழைந்து ஆண்டாள் கூறியபடி 'மூட நெய் பெய்து முழங்கை வழிவார நண்பர்களோடு கூடியிருந்து குளிர்ந்தேலோ ரெம்பாவாய்' செய்யவேண்டும் என்ற சபலம் வரும்... இந்த ஐந்து நட்சத்திர பலகாரக் கடையில் நுழைவது

எப்படி? இது என்ன உடுப்பியா, இல்லை சாந்தா பவனா... உள்ளே நுழைந்து சர்வரிடம் 'சூடா என்ன இருக்கு?' என்று கேட்க!

சென்ற வாரம் எனது ஐந்து நட்சத்திர அரிப்பை நண்பர்கள் கிருஷ்ணன், சுப்பு இருவரிடமும் கூறினேன். இவர்கள் இருவரும் கம்பெனி அக்கவுண்ட்டில் 'கஸ்டமர்'களுக்கு கிச்சுக்கிச்சு மூட்டி, குஷிப்படுத்துவதற்காக அடிக்கடி ஐந்து நட்சத்திர அந்தஸ்தைப் பெறுபவர்கள். ''சனிக்கிழமை இரவு சில்லறையோடு ஓட்டலின் லவுஞ்சுக்கு வா. வினோதங்களை நாங்கள் காட்டுகிறோம்'' சுப்பு, கிருஷ்ணன் உறுதி அளித்தார்கள். ''கையில் கரென்ஸி எவ்வளவு கொண்டு வரவேண்டும்'' என்று நான் கேட்டதற்கு அவர்கள். ''எதற்கும் முன்னெச்சரிக்கையாக, தந்தையிடம் கூறிச் சொத்தைப் பிரித்து உன் பாகத்தை வாங்கி வைத்துக் கொள்.. தேவைப்படலாம்'' என்று கூறிவிட்டு, மோட்டார் சைக்கிளில் ஏறி மறைந்தார்கள்.

சனிக்கிழமை இரவு நானும் எனது மற்றொரு தோழன் கிச்சாவும் (கிச்சா என்பது திருவேங்கடசுப்ரமணியன் என்பதன் சுருக்கம்...) அந்த ஐந்து நட்சத்திர ஓட்டலின் முகப்பிற்கு வந்தோம். நானாவது பரவாயில்லை, மாதம் ஓரிரு முறை 'உட்லண்ட்ஸ்', 'பாம்கு ரோவ்', 'டிரைவ்இன்' என்று பார்த்திருக்கிறேன். பாவம், கிச்சா! அவன் பார்த்த அதிகபட்ச ஓட்டல்களின் வாசல் பலகையில் 'இவ்விடம் புரோட்டா கிடைக்கும்' என்று எழுதப்பட்டிருக்கும். அல்லது 'வியாதியஸ்தர்கள் உள்ளே நுழையக் கூடாது' என்று பொறிக்கப்பட்டிருக்கும்.

ஓட்டல் வாசலிலேயே கிச்சாவின் முகத்தில் அச்சம். மடம், நாணம், பயிர்ப்பு என்ற நான்கு குணங்களும் கலந்த களேபரம் குடிகொண்டது. படிக்கட்டுகளில் ஏறி நாங்கள் இருவரும் உள்ளே நுழைந்ததைப் பார்த்தவர்களுக்கு 'இந்திய எல்லையில் பாகிஸ்தான் ஊடுருவல்' போல தோற்றமளித்திருக்கும்!

கண்ணாடி நுழைவாயிலுக்கு அருகில் நீண்ட தொப்பி அணிந்து கோப்பெருஞ் சோழன் அரண்மனை வாயிற்காப்போன் வேடத்தில் நின்று கொண்டிருந்த ஒருவர், எங்களுக்கு வந்தனம் தெரிவித்து வழிவிட்டார். கிச்சாவும் விறைப்பாகப் பதிலுக்கு ஒரு 'சல்யூட்' செய்தான்... கிச்சாவைப் பொறுத்தவரை 'தொப்பி' வைத்திருப்பவர்கள் அனைவரும் போலீஸ்காரர்கள்.

உள்ளே நுழைந்ததும் பிரும்மாண்டமான லவுஞ்ச் எங்கள் இருவருக்கும் விசுவரூப தரிசனம் தந்தது. அழுத்தமான 'ஏசி'யால் குளிர்ந்து போயிருந்த அந்த 'லவுஞ்சே' ஒரு ராட்சத ரெப்ரிஜி ரேட்டரைப் போல இருந்தது. சாதாரணமாக ஓயாமல் பேசும் கிச்சா வாயடைத்து இருந்தான். வழக்கம் போல தடதடவென்று ஓடாமல்,

நாரதர்வான வீதியில் வலம் வருவது போல மிருதுவாக நடந்தான் கிச்சா.

அங்கு போடப்பட்ட சோபாவில் நாங்கள் இருவரும் அமர, சோபாவின் 'குஷன்கள்' எங்களை விழுங்கி ஏப்பம் விட்டது. சரியாக பத்து மணிக்கு அங்கு இருப்பதாக வாக்களித்த சுப்பு கிருஷ்ணன் வரவில்லை. அரை மணி நேரமாக அறையின் குளிர்ச்சியில் நனைந்த எங்கள் இருவருக்கும் சிறிது ஆசுவாசம் தேவைப்பட்டது.

'பாத்ரூமுக்கு இப்படிச் செல்லுங்கள்' என்ற அம்புக்குறியைத் தொடர்ந்தோம். சாதாரணமாக நமது சினிமா தியேட்டர்களில் பாமர ஜனங்களுக்கும் புரிவதற்காக பாத்ரூம் வாசலில் 'ஆண்கள்' என்று எழுதி டர்பனோடு கூடிய வ.உ.சி. படத்தையும், 'பெண்கள்' என்று எழுதி கவிக்குயில் சரோஜினி நாயுடு போலத் தோற்றமளிக்கும் படத்தையும் வரைந்திருப்பார்கள். ஆனால், இங்கோ எதையும் காணோம். வரைந்த படங்களில் எது ஆண், எது பெண் என்ற வித்தியாசமும் தெரியவில்லை. வேண்டாத தெய்வங்களையெல்லாம் வேண்டிக் கொண்டு ஒரு பாத்ரூமில் கதவைத் திறந்தோம். இது ஆண்களுக்காகத்தான் என்று நிரூபிப்பது போல் திடகாத்திரமான ஒரு புருஷலட்சணம் பாத்ரூமிலிருந்து திருப்தியான பார்வையுடன் வெளியேறியது. ஈரமான கையை உலர்த்துவதற்காக அங்கு ஒரு பெட்டியிலிருந்து பொத்தானை அமுக்கினால் உஷ்ணக் காற்று உறுமுகிறது.

அங்கு யாரும் இல்லாததால் நானும் கிச்சாவும் ஐந்தாறு முறை கையை வேண்டுமென்றே ஈரமாக்கி, பின்பு உஷ்ண காற்றில் உலர வைத்து யாருடைய கைகள் முதலில் உலருகிறது என்று சிறிய அளவில் 'ஏஷியாட்' நிகழ்த்தினோம்.

கிட்டத்தட்ட பதினோரு மணிக்கு சுப்பு கிருஷ்ணன் வந்தார்கள். எங்கள் இருவர் கையையும் ஆளுக்கொருவராகப் பிடித்துத் தரதரவென்று இழுத்துக் கொண்டு 'இருபத்துநான்கு மணிநேர காபி கடை'யில் நுழைந்தார்கள்.

இந்த ஐந்து நட்சத்திர ஓட்டலின் பிரத்யேக அம்சங்களில் இருபத்துநான்கு மணி நேர காபி ஷாப் முக்கிய அங்கம் வகிக்கிறது.

நர மாமிசம் ஒன்றைத் தவிர மற்ற எதுவும் இந்த இடத்தில் இருபத்துநான்கு மணி நேரமும் சாப்பிடுவதற்குக் கிடைக்கும்! ஓரமான இடம் பார்த்து நால்வரும் அமர்ந்தோம். கோட்டும் சூட்டும் அணிந்த ஒரு கண்ணியவான் வந்து, மெனு கார்டை எங்களிடம் பவ்யமாக நீட்டினார். அயல்நாட்டுத் தூதுவர் பதவிக்குத் தேவையான அத்தனை அம்சங்களும் இவரிடம் இருந்தன. சும்மா

சொல்லக் கூடாது மெனு கார்டை அந்த மனிதர் எங்களிடம் கொடுத்த லாகவம் ஏதோ மத்திய மந்திரி பட்ஜெட் சமர்ப்பித்தது போல இருந்தது!

மெனுவில் இருந்த அயிட்டங்களை வாசித்துப் பார்த்தேன். நமக்கு வேண்டாதவர்களை அவர்களுக்கே புரியாமல் திட்ட வேண்டுமானால் மெனுவில் உள்ள தின்பண்டங்களின் பெயர்களைத் தைரியமாக உபயோகப்படுத்தலாம். 'மெனு'வின் கடைசிப் பக்கத்தில் இட்லியின் விலை ஏழு ரூபாய் என்று போட்டிருப்பதைப் பார்த்து கிச்சா, ஏழு ரூபாயை உடுப்பி இட்லியின் விலையால் வகுத்து நான்கு பேருக்கு இருபது இட்லிகள் மிகவும் ஜாஸ்தி என்று வெகுளியாகக் கூறினான். சற்று நேரத்தில் இன்னொருவர் வந்து (கோட்டு சூட்டு) ''யெஸ்?'' என்றார். ஐந்து நட்சத்திர ஹோட்டலுக்கு வந்துமா இட்லி தோசை என்ற ஆவேசத்தில் 'ரஸமுலாய்' என்ற தித்திப்பை ஆர்டர் செய்தோம்.

சிறிது நேரத்தில் வேறு ஒருவர் அதே போல கோட்டு சூட்டோடு வந்து டம்ளர்களில் நீர் வார்த்தார். அரை மணி நேரத்திற்கு ஒரு முறை நல்ல முக லட்சணத்தோடு ஆட்கள்தான் வந்து கொண்டிருந்தார்களே ஒழிய ஆர்டர் செய்த அயிட்டங்கள் வரவில்லை. கிச்சா பொறுமை இழந்து கை துடைக்க வைத்திருந்த பேப்பரில் 'கத்திக் கப்பல்' செய்தான். ரஸமுலாயும் அதன்பின் 'பில்லும்' வந்தது.. பில்லை எட்டிப் பார்த்ததில் உடனே ரஸமுலாய் கசந்தது.

அடுத்ததாக ஹோட்டலின் உச்சியில் இருக்கும் சைனீஸ் ரெஸ்டாரெண்டிற்குச் செல்வதாக உத்தேசித்தோம். போகும் வழியில் BAR தென்பட்டது. அட்டகாசமாக அலங்கரிக்கப்பட்ட 'சல்பேட்டா' கடை. அங்கு வைக்கப்பட்ட மதுபானங்களின் விலைப்பட்டியலைப் பார்த்தாலே போதும், வேண்டிய அளவு 'கிக்' வந்துவிடும். சாதாரணமான 'பார்'களில் உள்ளது போல இங்கு உட்கார்ந்து குடிக்க நாற்காலிகளுக்குப் பதிலாக ஒய்யாரமான ஊஞ் சல்களைத் தொங்க விட்டிருக்கிறார்கள். குடித்துவிட்டு ஆடுவதைத் தவிர ஆடிக்கொண்டேயும் இங்கே குடிக்கலாம்!

லிஃப்டில் ஏறி சைனாவின் மீது படையெடுக்கப் புறப்பட் டோம்.

அங்கு ஒரு 'யமாகுச்சி' பலமாக உபசரித்து எங்களை உள்ளே அழைத்துப் போனார்.

அவரது நடை உடை பாவனைகளில் குலத் தொழில் கராத் தேயும், குங்ஃபுவும் கலந்து இருந்தது. ஆனாலும் அந்த அறையில் வெளிச்சம் மெலிதாக இருந்ததால் கிச்சா அங்கு இருந்த பலரின்

பாதங்களை மிதித்துத் துவம்சம் செய்தான். இங்கும் ஒருவர் வந்து மெனு கார்டைக் கொடுத்தார் மெனுவில் வெஜிடபிள்ஸ் என்ற இடத்தில் 'சை சீவான்' 'தூ சாங்க்க்வா' 'கூலோசாய்' என்று ஒரே மழலை. ஒவ்வொரு 'தின்பண்டத்திற்கும்'முடிவில் 'நமஹ' சேர்த்தால் படிப்பதற்கு ஏதோ ஒரு சீன ரிஷி எழுதிய 'புத்த' சகஸ்ரநாமம் போல் இருக்கும். 'சைசௌஃபான்' என்பது சைவமாம், 'சிசௌ ஃபான்' என்றால் அசைவமாம். கர்மம்! ஒரு வார்த்தை மறந்து போய் மாற்றி உச்சரித்து விட்டால் நமது ஆசாரம் அனா சாரமாகி விடும். நாங்களும் எதையோ கண் மூடித்தனமாக ஆர்டர் செய்ய, பேரரும் நான்கு தட்டுகளில் குப்பலாக நூடுல்ஸ் எனப்படும் 'சேமியா மாலை' தொடுத்து வைத்து எங்களிடம் நீட்டினார். மலர் மாலை, கறிகாய் மாலை, ரூபாய் நோட்டு மாலை என்று அரசியல் தலைவர்களுக்குப் போடும் தொண்டர்கள், ஒரு மாறுதலுக்கு இந்த சேமியா மாலையைப் போடலாம் என்று நினைத்துக் கொண்டேன்.

எங்களுக்கு அருகில் போடப்பட்ட 'ஸ்டேஜில்' நால்வர் குழு வாத்தியம் இசைத்தனர். அதில் ஒருவன் ''கறுப்பு தந்திர

பொம்பளையே காட்டு உந்தன் பின்னழகை'' என்ற 'மானுவல் சாண்ட்ருவின்' 'பாப்' கீர்த்தனையைப் பாட ஆரம்பித்ததும், ஜோடியாக வந்தவர்கள் மேடைக்குத் தாவிச் சென்று ஆட ஆரம்பித்தார்கள்.

இசைக் குழு வாசிப்பின் துரித கதியை ஏற்றி இறக்கி, நடனமாட வந்தவர்களை வெறி ஏற்றினார்கள்.

அங்கு இருந்த பெண்களில் பலர் 'திருட்டு தம்' அடித்தனர். ஆண்கள் லட்சுமி வெடி, குருவி வெடி சைஸில் சுரட்டை வாயில் திணித்திருந்தனர்.

அங்கு நிலவிய அட்டகாசமான வானிலை, வேடிக்கை பார்க்க வந்த எங்களை அந்நியர்களாக்கியது. அங்கு உள்ளவர்களுக்கு இந்த ஆட்டமும் பாட்டமும் நித்திய நாடகம். நாங்களோ ஒரு நாள் கூத்துக்காக மீசை வைத்தவர்கள்! கிட்டத்தட்ட இருநூறு ரூபாய்க்கான பில்லுக்குப் பணம் வழங்கிவிட்டு அந்த இடத்தை விட்டு அகன்றோம்.

நானூறு ரூபாய் செலவழித்துவிட்டுக் கடுமையான பசியோடு நட்சத்திர ஓட்டலை விட்டு வெளியேறி ஆளுக்கு நான்கு ரஸ்தாளி பழங்கள் சாப்பிட்ட பிறகுதான் சிறிது தெம்பு வந்தது.

மறுநாள் காலை முதல் வேலையாக மயிலாப்பூர் ராயர் ஓட்டலுக்குச் சென்று ஆசை தீர இட்லி வடை சாம்பாரில் மூழ்கி னேன். ராயரிடம் நேற்று நடந்த அனுபவத்தை விவரமாகக் கூறி னேன். ராயரும் என்னுடைய காபியை, பெற்ற தாயைப் போல சுவாதீனமாக ஆற்றிக் கொண்டே கூறினார்.

''அட... மடையா! டிபன் சாப்பிட நானூறு ரூபாயா செலவழிச்ச மண்டு...? நானூறு ரூபாயை என்கிட்ட கொடு... அதையே ஆயுள் சந்தாவா வச்சுண்டு காலம் பூரா உனக்கு இட்லி வடை செஞ்சு போடறேன்....''

பொமரேனியன், ராஜபாளையம், புல்டாக், அல்சேஷன், ஆதிசேஷன், அனந்தசேஷன் என்று செல்லமாக நாய் வளர்க்கும் வாசகர்கள் இந்தக் கட்டுரையைப் படித்துவிட்டு, நாய்களின் மீது துவேஷம் காட்டிய என் போன்றோர் மீது தயவுசெய்து பழக்க தோஷத்தில் பாயாதீர்கள்!

தெருவில் செல்லும்போது எதிரில் வரும் நாள் 'நான் உனது தோழன்' என்ற வாலை ஆட்டி வெள்ளைக் கொடி காட்டிய பின்பும் கால்களின் ஆடுசதை நடுங்க 'வலசம்மாவை'விட வேகமாக ஓடும் எங்கள் மீது அனுதாபம் காட்டுங்கள்.

'குரைக்கும் நாய் கடிக்காது' என்ற கொள்கையை, பல நாய்கள் தேர்தல் வாக்குறுதிகளாக நினைத்து மறந்து விட்டன. சில நாய்கள் குரைப்பதைப் பார்க்கும் பொழுது பேசாமல் அவை குரைக்காமல் லேசாகக் கடித்துவிட்டுப் போனால்கூட தேவலாம் போலிருக்கிறது! அதுவும் என் போன்ற பயந்த சுபாவம் உள்ளவர்களைப் பார்த்து விட்டால் எப்படியோ கண்டுபிடித்து விடும் இந்த பைரவர்களுக்குப் பரம சந்தோஷம்.

சில போக்கிரி நாய்கள் மேலே விழுந்து கடிக்காமல் ஒரு பத்து இருபதடி இடைவெளி விட்டு, குரைப்பு என்ற பெயரில் 'பேமானி..சோமாறி... கசுமாலம்' என்று கெட்ட வார்த்தைகளை நாய் பாஷையில் மொழிபெயர்த்து நம்மை வசை பாடிக் கொண்டே வீதி முனைவரை வந்து வழியனுப்பி வைக்கும். பயந்து ஓடினால் துரத்தி வந்து பதம் பார்க்கும். நின்றாலோ ஒருவேளை நிதானமாக ஆற அமரக் கடித்தாலும் கடிக்கலாம். ஓடவும் முடியாமல் அதே சமயம் நிற்கவும் பயந்து வீதியைத் தாண்டி விடும் வெறியில் அசுரத்தனமான வேகத்தோடு நடப்பவர்களைப் பார்க்கும்பொழுது ஏஷியாட்டில் நடந்த 'வாக்கிங் ரேஸ்' நினைவுக்கு வரும்.

குரைக்காத நாய்கள் ஒருவேளை ஊமையாக இருக்கலாம் அல்லது அன்றைய தினத்தில் மௌன விரதம் அனுஷ்டித்து கொண்டிருக்கலாம். ஆனால் நாய்கள் நம்மைப் பார்த்து குரைத்தாலும் குரைக்காவிட்டாலும் நாம் ஒன்றை மறந்து விடக்கூடாது. பால், ரொட்டி, பிஸ்கட் என்று நாம் நாயை என்னதான் சைவமாக்கினாலும் அவற்றின் ஆதார ஆகாரம் அசைவம்தான்.

முக்கியமாக, தன்னைக் கண்டு நடுங்குபவர்களின் ஆடுசதை அவற்றிற்கு மிகவும் இஷ்டமான 'நாஷ்டா'.

'நாய் துரத்தினால் ஓடாதே' என்பார்கள். அதை நம்பாதீர்கள் தமது இரு கால்களின் ஆடுசதைகளையும் பிளேட்டில் வைத்து 'இந்தா பிரியாணி' என்று சமர்ப்பிப்பதற்குச் சமானமாகும்.

நான்கு, ஐந்து மாதங்களே நிரம்பிய பால நாய்கள் சில சமயங்களில் நம்மிடம் வந்து நமது காலைப் பிரதட்சிணம் செய்து கொண்டே வம்புக்கிழுக்கும். 'இந்தச் சிறுவனிடம் நான் புறமுதுகு காட்டுவதா' என்ற அசட்டுத் தைரியத்தில் அதைக் கல்லால் அடித்து விரட்ட முயலாதீர்கள்.

அருகில் உள்ள குப்பைத் தொட்டிகளில் 'டின்னர்' சாப்பிட்டுக் கொண்டிருக்கும் குட்டி நாயின் பெற்றோர்கள் தாம் ஈன்றெடுத்த மகனை இம்சிக்கும் உங்கள் மீது பாயக்கூடும்.

கூடியவரையில் சிறிய நாய்களோடு சிநேகம் வைத்துக் கொள்வது நல்லது.

இந்தச் சிநேகம் மாதா பிதா நாய்களின் நன்மதிப்பைப் பெறுவதற்கு உபயோகப்படலாம். சாதாரணமாக நாய்களின் மொத்த ஆயுள் பத்து அல்லது பதினைந்து வயதுதான்.

இன்று பார்ப்பதற்குச் சாதாரணக் குழந்தையாகத் தோற்றமளிக்கும் குட்டிகள், ஓரிரு வருடங்களில் ஆண்மை அடைந்து அட்டகாசமாக வளர்ந்து விடுகின்றன. பால் மணம் மாறாப் பருவத்தில் தன்னை இம்சித்தவர்களைப் பற்களுக்கு இடையே வைத்துப் பார்க்க ஆசைப்படுகின்றன.

'நமது தெரு நாய்தானே!' என்று அலட்சியப்படுத்தாதீர்கள். பக்கத்துத் தெருவில் அதற்கு ஒரு காதலியோ அல்லது ஆசை நாயகியோ இருந் தாலும் இருக்கலாம். அதனால்தான் கூறுகிறேன். 'உனது தெரு நாயை நீ ஊட்டி வளர்த்தால்... பக்கத்துத் தெரு நாய் உன்னிடம் லூட்டி அடிக்காது.'

'நாய் வாலை நிமிர்த்தினேன்' என்று யாராவது கூறியதை நம்பியவர்கள் 'காதிலே பூ' வைத்திருப்பவர்கள் என்றால் 'வாலை ஆட்டும் நாய் நம் மீது பாசத்தைப் பீரிட்டடிக்கிறது' என்பதை நம்புபவர்கள் காதிலே பிருந்தாவன் கார்டனையே வைத்திருக்கி றார்கள் என்று அர்த்தம்.

'ஜிம்மி ஜிம்மி... உங்கம்மா அடிக்கடி வாலை ஆட்டுகிறாளே.. இதன் உண்மையான அர்த்தம் என்ன?' என்று எனது நண்பனின் வீட்டு நாய்க்குட்டி ஜிம்மியின் கழுத்துப் பட்டையைப் பிடித்து ஒரு நாள் தீர விசாரித்தேன்.

''தலைவரே! நீங்கள் தவறாகப் புரிந்து கொண்டு விட்டீர்கள். உங்களில் சிலருக்குக் கண் சிமிட்டுவது போல வேடிக்கையான 'மானரிசங்கள்' இருப்பது போன்றே, வாலை ஆட்டுவது எங்களில் பலருக்கு 'மானரிசம்.' மற்றபடி வாலுக்கும் எங்கள் வாய்க்கும் எந்தவித கனெக்ஷனும் கிடையாது'' என்று நாய் மழலையில் நவின்றது 'ஜிம்மி.'

''ஆஃப்டர் ஆல் ஒரு நாலு கால் ஐந்துவிற்கு இவ்வளவு முக்கியத்துவமா'' என்று நீங்கள் கேட்கலாம். நாய்களிடம் நான் பட்டபாட்டை தேவர் பிலிம்ஸ் கேட்டால் 'நாய் மேல் ஆணை' என்று படமே எடுத்து விடுவார்கள்.

இரண்டு வருடங்களுக்கு முன்பு ஒரு நாள், நான் இரவு ஷிப்டை முடித்து விட்டுத் தனியாக ஸ்கூட்டரில் வந்து கொண்டிருந்தேன். மவுண்ட் ரோடு ஜெமினி சந்திப்பில் கிட்டத்தட்ட பத்து நாய்கள். சிலதுக்கு இந்தி வில்லன் நடிகர்கள் ஜாடை இருந்தது. 'நடு இரவில் உனக்கு இங்கு என்ன வேலை நபும்சகா?' என்ற பாவத்தில் அவை என்னைப் பார்த்துப் பற்களால் கேட்டன.

நான் ஸ்கூட்டரை ஸ்லோ செய்து ஓரமாக நழுவப் பார்த்தேன். அதற்குள் எனது பின்னே நாற்பது கால் பாய்ச்சலில் பத்து நாய்கள்

துரத்த ஆரம்பித்தன. அன்று 'சோழவரம்' நடந்திருந்தால் நான்தான் முதலில் வந்திருப்பேன்.

கவர்னரின் முன்னேயும் பின்னேயும் பக்கவாட்டங்களிலும் 'பைலட்' வருவது போல எனது நாலு பக்கங்களிலும் நாய்கள் சூழ்ந்து கொண்டு குரைத்துக் கொண்டே துரத்திய வண்ணம் 'ஸ்டெல்லா மாரிஸ்' வரை வந்து, ஓடிய ஆயாசத்தில் நின்று ''இன்று போய் நாளை வா.....'' என்று கூறிவிட்டு, பழையபடி தமது பாச றையான ஜெமினி சந்திப்பிற்குத் திரும்பின.

ஒரு பெருமூச்சு விட்டுவிட்டு எதிரே பார்த்தால்... ஸ்டெல்லா மாரிஸ் அருகே என்னை வரவேற்க ஒரு சைன்யமே காத்துக் கொண்டிருந்தது.

ஜெமினியிலாவது பரவாயில்லை. மொத்தம் இருந்ததே பத்துதான். ஸ்டெல்லா மாரிஸ் வாயிலில் கிட்டத்தட்ட நாற்பது நாய்கள்... நாய்களின் உற்பத்தி ஸ்தானமே இதுதானோ என்று சந்தேகம் வரக்கூடிய அளவிற்கு விதவிதமான நாய்கள். எனது அடுத்த 'ரிலே ரேஸ்' ஸ்டெல்லா மாரிஸில் ஆரம்பித்து 'மியூசிக் அகாடமி' வரை தொடர்ந்தது.

'ரிலே ரேஸின்' மூன்றாவது கட்டத்தில் பங்கு கொள்வதற்காக மற்றுமொரு பட்டாளம் மியூசிக் அகாடமி வாயிலில் காத்திருந்தது.

இதுவரை நடந்தது ரிலே ரேஸ் என்றால் மியூசிக் அகாடமியி லிருந்து நடந்தது 'க்ராஸ் கண்ட்ரி ரேஸ்'! மியூசிக் அகாடமியிலிருந்து என்னை விரட்ட ஆரம்பித்த நாய்கள், கல்யாணி ஆஸ்பத்திரி வரை தொடர்ந்தன.

அன்றைய இரவு நான் நிஜமாகவே 'நாய் படாத பாடுபட்டேன்'! ஒரு வழியாக வீடு திரும்பிய எனக்கு, ஸ்கூட்டரில் வந்தும்கூட என்னமோ ஜெமினியிலிருந்து ஓடி வந்தது போலவே ஒரு களைப்பு! உறங்கியதும் சொப்பனத்திலும் என்னை நாய்கள் விடவில்லை. வீடு முழுவதும், பெரியதும் சிறியதுமாகப் பல்வேறு அளவுகளில் பல ஜாதி நாய்கள் அடைத்திருப்பதுபோல ஒரு கனவு.

மறு நாள் காலை எழுந்ததும் முதல் வேலையாக 'நாயாய் அலைந்து' புசுபுசு வென்று பார்ப்பதற்கு லட்சணமான ஒரு வாண்டுவை வாங்கி வளர்க்க ஆரம்பித்தேன். நாய் வளர்த்தால்தான் நாய் பயம் போகுமோ என்று உள்ளூர ஒரு சபலம்.

சம்பல் கொள்ளைக்காரர்களே எதிரில் வந்தாலும் குரைக்காமல், ''என்ன! சம்பல் சார்... சௌக்கியமா...'' என்று கேட்கும் அளவிற்கு அதை ஒரு சாந்தசொரூபியாக வளர்த்தேன்.

ஜிம்மி, ஜிக்கி என்று பெயர் வைத்து இதையும் மற்ற நாய்களில்

ஒன்றாக மாற்ற வேண்டாம் என்ற எண்ணத்தில் எனது நாய்க்கு 'சேஷஹோமம் நடத்தி 'புண்யாவாசனம்' செய்வித்து சீமாசு என்று பெயர் வைத்தேன். காலையில் எழுந்ததும் சீமாசுவுக்கு விபூதி இட்டு சுவாமியைக் கும்பிட வைத்தேன். அதன் காதுபடப் பல சுலோகங்களை உரத்துக் கூறினேன். நாள் கிழமைகளில் சீமாசுவைக் கோவிலுக்கு அழைத்துச் சென்றேன். பூணூல் ஒன்றுதான் போடவில்லை. மற்றபடி அனைத்து ஆசார அனுஷ்டானங்களும் சீமாசுவுக்கு அத்துபடி. குடிப்பதற்கு அமுல் அல்லது ஃபாரக்ஸ் அதுவும் தட்டில் அல்ல; டம்ளரில் ஊற்றித் தருவேன். சீமாசு, தானே டம்ளரில் ஆற்றிக் குடிக்கும் அளவிற்குத் தேர்ச்சி பெற்றான்.

சீமாசுவுக்குத் தெரிந்த ஒரே நண்பன் எனது தங்கை வளர்க்கும் பூனை. (பூனையின் பெயர் பரமசிவம்) பூனையோடு சேர்ந்து வளர்ந்ததால் சீமாசு குரைப்பதைக் குறைத்துக் கொண்டு 'மியாவ்' சொல்ல ஆரம்பித்தது.

இரண்டு வருடங்கள் சீமாசு இப்படியாக வெளி நாய் உலகமே தெரியாமல் வளர்ந்தான். வந்தது ஆபத்து. நான் அஜாக்கிரதையாக இருந்த ஒரு சமயத்தில் சீமாசுவுக்குப் பக்கத்து காலனி நாயோடு கெட்ட சகவாசம் ஏற்பட்டது. பக்கத்து காலனி நாய் சீமாசுவுக்குச் சுயதரிசனம் செய்வித்தது.

சீமாசு விழித்துக் கொண்டது. ஒரு நாயான தன்னைச் சேயாக வளர்த்து ஜாதி மாற்றம் செய்வித்த என்னோடு சீமாசு சிறிது நாட்கள் முகம் கொடுத்துப் பேசாமல் இருந்தது. பக்கத்து காலனி நாய் ஒவ்வொரு சமயங்களில் தனது மகளையும் கூட்டி வந்து சீமாசுவைக் காமாந்தகாரனாக்கியது. வளர்த்த கடா... சாரி வளர்த்த நாய் மார்பில் பாய்ந்தது. நான் வெளியூர் சென்றிருந்த ஒரு சமயத்தில் சீமாசுவுக்கும் பக்கத்து காலனி பைங்கிளிக்கும் திருட்டுக் கல்யாணம் நடந்தது. ஊரிலிருந்து திரும்பிய எனக்கு அதிர்ச்சி.

சீமாசு 'கட்டிய பெல்ட்டோடு' இரவோடு இரவாக சொல்லாமல் கொள்ளாமல் 'ஓடிவிட்டதாக என் மனைவி கூறினாள்.

இப்பொழுதெல்லாம் கூட்டமாக நாய்கள் குரைத்துக் கொண்டு எதிரே வந்தால் நான் பயப்படுவதில்லை.

மாறாக, அந்தக் கூட்டத்தில் என் சீமாசுவைத் தேடுகிறேன்.

செல்ல நாய் வளர்க்கும் வாசகர்களே! ஒரு வேண்டுகோள். தயவுசெய்து என் சார்பாக உங்கள் வீட்டு நாய்களிடம் எனது சீமாசுவைப் பற்றிக் காதில் போட்டு வையுங்கள். ஒருவேளை அவற்றின் கண்களுக்கு சீமாசு தென்பட்டால் உடனடியாக எனக்குத் தெரிவியுங்கள்... ப்ளீஸ்...!

நில் கவனி - கிழவி

இந்த சென்னை மாநகரத்தின் சாலைகளில் கார், மோட்டார் சைக்கிள், ஸ்கூட்டர் போன்ற வாகனங்களின் மீது ஏறி விரைந்து செல்லும் கனவான்களே! பாதசாரிகளைப் பழுதாக்காமல், கோழி, வாத்து, நாய் போன்ற வாயில்லா ஜீவன்களின் இறைச்சியை சாலை நடுவே பரிமாறாமல், பயபக்தியோடு சர்வ ஜாக்கிரதையாக வாகனங்களைச் செலுத்தும் மனோபாவத்தை எப்படியாவது வளர்த்துக் கொள்ளுங்கள்.

நீங்கள் நினைப்பது போல 'விபத்து நாயகி' சுலபமாக முடிந்து விடக்கூடிய 'சிறுகதை' அல்ல... அவள் ஒரு தொடர் கதை.

நான் சொல்வதை 'ஸாரி, கொஞ்சம் ஓவர்' என்று அலட்சியப் படுத்தாதீர்கள். ஒரு விபத்தில் மாட்டிக் கொண்டு விழி பிதுங்கிய அனுபவம் எனக்கு உண்டு. போன வருடம் பிப்ரவரி மாதம் பத்தாம் நாள் இரவு மணி பத்து இருக்கும். மாலையில் வாங்கிய 'மிக்ஸி' வேலை செய்கிறதா என்று சரிபார்க்க 'தக்காளி ஜூஸ்' தயாரிப்போம் என்று நானும் என் மனையாளும் ஏகமனதாகத் தீர்மானம் செய்தோம். இரவு பத்து மணிக்குத் தக்காளி வாங்கி வரச் சொல்லி எனக்கு வீரத் திலகமிட்டு வழியனுப்பினாள் என் சகதர்மிணி. நானும் வெற்றி நமதே என்று முழக்கமிட்டு எனது 'ஸ்கூட்டரில்' ஆரோ கணித்துக் காய்கறிக் கடைக்கு விரைந்தேன். பூட்டிய கடையைத் திறக்கச் சொல்லி, தக்காளி வாங்கிக் கொண்டு ராஜா அண்ணாமலைபுரம் பிரதான வீதியில் திரும்பிக் கொண்டிருந்தேன். அமாவாசைக்கு முந்திய தினம் போலும். பி.டி.சாமியின் கதையில் வரும் கும்மிருட்டு! அப்போது இந்தியர்களைத் திணற அடித்த இம்ரான்கானின் வேகப் பந்து வீச்சுக்குச் சமமான துரிதகதியில் எதிர்ச்சாரி குப்பத்தி

லிருந்து ஒரு 'கிழவி' புறப்பட்டு எனது ஸ்கூட்டரின் குறுக்கே பாய்ந்தாள்.

விநாடி நேரத்தில் எனது மூளையின் செல்கள் விரைவாக வேலை செய்து குறைந்தபட்ச சேதத்தோடு கிழவியைக் காப்பாற்றத் திட்டம் தயாரித்து அதை உடனே அமலுக்குக் கொண்டு வந்தன. எனது பாதங்கள் பிரேக்கைப் பற்றியது. கைகள் ஸ்கூட்டரை ஒடித்து இடது பக்கம் திருப்பியது.

நான், கிழவி, ஸ்கூட்டர் 'கூறு எட்டணாவாக' வீதியில் குவித்தோம்.

'கொடி அசைந்ததும் காற்று வந்ததா, காற்று வந்ததும் கொடி அசைந்ததா' என்பது போல, 'என்மீது கிழவி விழுந்தாளா, இல்லை கிழவிமீது நான் விழுந்து விட்டேனா, அல்லது எங்கள் இருவர் மீதும் ஸ்கூட்டர் விழுந்துள்ளதா' என்ற குழப்பமான வானிலை நடு ரோட்டில் நிலவியது. சுதாரித்து எழுந்து கொண்டேன். கூடவே 'ஸ்கூட்டரும்' எழுந்து கொண்டது. தெய்வமே! கிழவி ஏன் எழவில்லை? கஷ்ட காலம். சாதாரணமாக விட்டிருந்தால் மூப்பு காரணமாக ஒருவித உபாதையுமின்றி உல்லாசமாகக் காலனோடு கைகோத்துக் கொண்டு செல்ல வேண்டியவளை அநியாயமாகக் கொன்று விட்டோமோ என்ற பயம் என்னுள் எழுந்தது. கிழவியின் நாசியில் சுவாசம் பார்த்தேன். நல்லவேளை, சுவாசம் சீராக வந்து கொண்டிருந்தது.

கிழவி சிறு வயதில் நிறைய உடற்பயிற்சிகள் செய்தவள் போலும். கிழவியின் கன்னத்தில் செல்லமாகக் கிள்ளி 'அடி கள்ளி!... உறங்குவது போல் பாசாங்கா செய்கிறாய்?' என்று சந்தோஷத்தில் உரத்துக் கூவி விட்டேன்.

எனது சத்தம் கிழவியின் தாற்காலிக 'கோமா'வைக் கலைத்தது. கிழவி எழுந்தாள். சம்மணமிட்டு அமர்ந்தாள். தன்னை விபத்துக்குள்ளாக்கிய என்னை 'ஏ, நபும்சதனே!' என்பது போலப் பார்த்தாள். என்னை, எனது பெற்றோரை, எனது பெற்றோரின் பெற்றோரை மற்றும் எனது பித்ருக்களை, கோத்திர தாயாதிகளை... மொத்தத்தில் எனது பரம்பரையைப் பற்றிக் கெட்ட வார்த்தையில் ஒரு 'கலிங்கத்துப் பரணி' பாடிவிட்டு, பழையபடி கீழே படுத்து 'கோமா'விடம் தஞ்சம் புகுந்தாள். இடைப்பட்ட நேரத்தில் என்னைச் சுற்றிக் குப்பத்துக் கும்பல் கூடிவிட்டது.

சரிந்து கிடந்த எனது ஸ்கூட்டரின் 'நிரோலாக்' மேனியில் இரண்டு மலைகளுக்கு நடுவே உதிக்கும் சூரியனை வரைந்து 'துலுக்காணம்' என்ற தனது பெயரையும் 'கரிக்கட்டியால்' கீச்சுக் கீச்சென்று உடம்பு கூச எழுதினான் ஒரு சிறுவன்.

குப்பத்து ரவிவர்மாவின் செய்கையால் கோபித்து அவனை விரட்டுவதற்காக எழ நினைத்த என்னை, என் சொக்காயோடு இரண்டு கைகள் பிடித்துத் தூக்கியது. என் எதிரே 'ஓஸிபிஸா' குழுவினரை ஞாபகப்படுத்தும் நான்கு முரடர்கள் குரோதமாக என்னைப் பார்த்தாகள். என்னைப் பொறுத்தவரை இனிமேல்தான் விபத்து என்று உள் மனம் எச்சரித்தது. ஒரு 'ஓஸிபிஸா' எனது சொக்காயைப் பிடித்துத் தனது நெற்றியால் எனது நெற்றியில் 'சிக்கிமுக்கி' உரசல் செய்தான். 'புத்திர்பலம் யசோதைர்யம் மாருதிம்' அச்சத்தில் அனுமானைத் துதித்தேன். யார் செய்த புண்ணியமோ தக்க சமயத்தில் அந்தக் குப்பத்தைச் சேர்ந்த பெரியவர் 'அம்மாவாசை' என்னை அந்த நால்வரிடமிருந்து பிரித்து நடந்ததை விசாரித்தார். வேகமாக 'ஸ்கூட்டர்' ஓட்டிய என் மீது பாதி குற்றத்தையும், தாறுமாறாக இரவு வேளையில் வீதியைக் கடந்த கிழவியின் பேரில் மீதி குற்றத்தையும் சுமத்தி, குப்பத்து 'யூதாண்ட்' அம்மாவாசை சமாதானமாகத் தீர்ப்பு வழங்கினார். 'அம்மாவாசை' கிழவியின் முகத்தில் 'பன்னீர் சோடாவை'த் தெளிக்க, மயங்கிக் கிடந்தவள் எழுந்து அமர்ந்து கேனத்தனமாக அம்மாவாசையைப் பார்த்துக் கும்பிடு போட்டாள். சாபம் நீங்கிக் கல்லிலிருந்து வெளியான 'அகல்யை' ராமனை நமஸ்கரித்த காட்சி என் கண்ணில் தோன்றி மறைந்தது. பெரியவர் அம்மாவாசை தீர்ப்பை எல்லோரும் ஆமோதிக்க, நான் கிழவிக்கு ஐம்பது ரூபாய் 'காம்ப்ரமைஸாக' வழங்கியது என தீர்மானம் செய்யப்பட்டது.

அம்மாவாசை என்னை விடுதலை செய்தார். 'தப்பித் தோம் பிழைத்தோம்' என்று ஸ்கூட்டரை வீட்டிற்குத் தள்ளிக் கொண்டு சென்றேன். மிக்ஸியின் உதவி இல்லாமலேயே, நிகழ்ந்த விபத்தில் வாங்கிய தக்காளிகள் 'ஜூஸாகி' ராஜா அண்ணாமலைபுரம் வீதியில் ஓடிக் கொண்டிருந்தது.

வீட்டில் 'இந்த சனியன் வந்த வேளை சரியில்லை' என்று குறை கூறியவாறு, மாமியார் மாட்டுபொண்ணைப் பார்ப்பது போல 'மிக்ஸி'யை எனது மனைவி ஆங்காரமாகப் பார்த்தாள்.

சோர்வில் நான் கண்ணயர்ந்தேன். எனது உடம்பு தூங்கியதே தவிர, உள் மனம் இரவு முழுவதும் விழித்துக் கொண்டு விதவிதமாக வந்தவண்ணம் இருந்த கனவுகளை வேடிக்கை பார்த்துக் கொண்டிருந்தது. 'சாம்பிளுக்கு' அதிகாலையில் வந்த 'கடைசி கனவுக் காட்சி'.... அண்ணாமலைபுரம் பிரதான வீதியின் நடுவே கட்டப்பட்ட அசோகர் ஸ்தூபியில் என்னைக் கயிற்றால் பிணைத்திருந்தார்கள்.

பெரியவர் அம்மாவாசை. 'இனிமேல் ஸ்கூட்டர் ஓட்டுவாயா

கிராதகா?' என்று மாறி மாறிக் கூறிக் கொண்டே என்னைச் சாட்டையால் விளாசுகிறார்.

அப்போது என்னை நோக்கிப் படுவேகமாக ஒரு ஸ்கூட்டர் வருகிறது. என்ன எழவுடா இது! ஸவட்டரை ஓட்டி வருவது அந்தக் 'கிழவி' நல்லவேளை. ஸ்கூட்டர் என் மீது மோதுவதற்குள் நான் விழித்துக் கொண்டு விட்டேன். 'காலிங் பெல்' சத்தம் காதைப் பிளந்தது. தூக்க கலக்கத்தில் சென்று கதவைத் திறந்து வந்தவரைப் பார்த்தேன். (இவ்விடம் இளையராஜாவிடம் உள்ள அத்தனை இசைக்கருவிகளையும் ஒரே சமயத்தில் ஓங்கி வாசித்தால் உண்டாகும் பின்னணி ஒலியைக் கற்பனை செய்துகொள்ளவும்)

வாசலில் கான்ஸ்டேபிள் கந்தசாமி கையில் 'வாரண்டோடு' நின்று கொண்டிருந்தார். கடலில் நதி கலப்பது போல அவரது பயங்கரமான மீசை, கிருதமாவோடு கலந்து இருந்தது.

அதிகப்படியான கஞ்சி போட்டு சவலை செய்த அவரது காக்கி அரை டிராயரின் கூரான இஸ்திரி மடிப்பில் பென்சில் சீவலாம்; பழம் நறுக்கலாம். கான்ஸ்டேபிள் கொடுத்த வாரண்டின்படி என் மீது பல குற்றங்கள் சுமத்தப்பட்டிருந்தது.

கிழவியைத் தாக்கியது 'ராங் சைடில்' ஸ்கூட்டரை ஓட்டிச் சென்றது நிகழ்ந்த விபத்தை போலீசுக்குத் தெரிவிக்காமல் மறைத்தது (ஏதோ ஒரு செக்ஷன் படி இது 'ஹிட் அண்ட் ரன்' குற்றப் பிரிவைச் சேர்ந்ததாம்) ஸ்தலத்திலிருந்து ஸ்கூட்டரை அப்புறப்படுத்தியது (ஆமாம், பெரிய ஸ்தலம்... காசி ராமேஸ்வரம்!) குற்றப் பட்டியல் நீண்டு சென்றது. பலாத்காரம், கற்பழிப்பு, இவை இரண்டு தவிர மற்ற அனைத்துக் குற்றங்களையும் கான்ஸ்டேபிள் கந்தசாமி என் மீது சுமத்தினார். அம்மாவாசை கூறியபடி கிழவியிடம், செய்து கொண்ட 'காம்ப்ரமைஸை' நான் கூறி முடிக்கவில்லை. அதற்குள் 'கான்ஸ்டேபிள் கந்தசாமி' வீரபாண்டிய கட்டபொம்மன் ஸ்டைலில் பொங்கி எழுந்தார்: 'யாரைக் கேட்டு செய்தாய் காமப்ரமைஸ்? எவனைக் கேட்டு செய்தாய் காம்ப்ரமைஸ்?

என்னோடு போலீஸ் ஸ்டேஷனுக்கு வந்தாயா? அங்கு உள்ள சர்க்கிள் இன்ஸ்பெக்டரிடம் லைசென்சைக் காட்டினாயா, அல்லது டிராபிக் போலீஸ் அலுவலகத்தில் 'பிரேக் டெஸ்டிங்' செய்தாயா...? பின்பு சைதாப்பேட்டை சப்மாஜிஸ்ட்ரேட்டின் முன்பு மன்னிப்பு கேட்டாயா? 'நீ என்ன மாமனா, மச்சானா...' வலது கையில் உள்ள பிரம்பினால் தனது இடது கைக்குச் செல்லமாகத் தண்டனை கொடுத்துக் கொண்டே கான்ஸ்டேபிள் கந்தசாமி என்னை ஒரு பில்லா ரங்காவைப் பார்ப்பதுபோல பார்த்தார். வருகிற வெள்ளிக்கிழமை சைதாப்பேட்டை சப்மாஜிஸ்ட்ரேட் முன்பு என்னை ஆஜராகும்படி பணித்துவிட்டு சைக்கிளில் ஏறி மறைந்தார்.

நள்ளிரவில் நான் வீடு திரும்பியவுடன் குப்பத்தில் ஏதோ சூழ்ச்சி நடந்திருக்கிறது. படுபாவி அம்மாவாசை நல்லவன் போல் நடித்து ஐம்பது ரூபாய் கறந்து விட்டு போலீசுக்கும் தெரிவித்து விட்டான். வருகிற வெள்ளிக்கிழமை சைதாப்பேட்டை சப்மாஜிஸ்ட்ரேட் கோர்ட். நான் தொலைந்தேன். கான்ஸ்டேபிள் கந்தசாமிக்குத் தற்சமயம் தெரியாத பின்வரும் குற்றங்கள் கோர்ட்டில் வெட்ட வெளிச்சமாகிவிடும். புதுப்பிக்கப்படாத காலாவதியான டிரைவிங் லைசென்ஸ், கட்டத் தவறிய சாலை வரி, வாயால் ஊதினால் அணைந்துவிடக் கூடிய எனது ஸ்கூட்டரின் 'ஹெட்லைட்', மெக்கானிக் முருகேசன் கொடுத்த தவறான இணைப்பினால் 'பிரேக்'கைப் பிடித்தால் இன்னும் சற்று வேகமாக ஓடக்கூடிய 'ஸ்கூட்டர்'... மொத்தத்தில் பல்கிவாலா நினைத்தால்கூட என்னை சைதாப்பேட்டை கோர்ட்டின் பிடிகளிலிருந்து காப்பாற்ற முடியாது. அதிகாலையில் வழக்கமாக எனது வீட்டுத் தோட்டத்திலிருந்து பூக்கள் திருடும் பக்கத்துத் தெரு மாதவாச்சாரி, கான்ஸ்டேபிள் வந்து போனதைக் காலனி முழுவதும் சுற்றுப்பயணம் செய்து கூறிவிட்டு வந்தார். எல்லோரும் என்னை சிறைக்குச் சென்று 'செக்கிழுக்கப் போகும் செம்மலாக' பாவித்துப் பரிதாபமாகப் பார்த்தார்கள்.

வெள்ளிக்கிழமைக்கு இன்னும் நான்கு நாட்கள் இருந்தன. நான்கு நாட்களும் எனக்கு நரக வேதனை... ஆபீஸ் நண்பர்கள், உற்றார் உறவினர் துக்கம் விசாரிக்க வந்தவண்ணம் இருந்தனர். ஜன்னல் கம்பிகள், என்னிடம் உள்ள கட்டம் போட்ட சொக்காய்கள், 'வடாம் வத்தல்' செய்வதற்காக எனது மனைவி தயாரித்து வைத்திருந்த 'கூழ்' வரப் போகும் சிறைவாசத்தை எனக்கு சிம்பாலிக்காகச் சுட்டிக் காட்டின.

வெள்ளிக்கிழமை சைதாப்பேட்டை கோர்ட் வராந்தாவில் நான், எனது மனைவி, உறவினர்கள், நெருங்கிய நண்பர்கள் பெஞ்சியில் சோகமாக அமர்ந்திருந்தோம்.

எங்களுக்கு எதிர்ச் சாரியில் போடப்பட்டிருந்த பெஞ்சியில் கிழவி, நயவஞ்சகன் அம்மாவாசை மற்றும் குப்பத்தைச் சேர்ந்த கௌரவர்கள். மாஜிஸ்ட்ரேட்டின் அனுதாபத்தைப் பெறுவதற்காகக் கிழவியை பாண்டேஜால் சுற்றிப் பல இடங்களில் பொய்யாக ப்ளாஸ்திரி இட்டு பார்சல் போல செட்அப் செய்திருந்தார்கள்.

கோர்ட் டாவாலி மூன்று முறை என்னைக் கூவி அழைத்தான். கூண்டில் போய் நின்று கொண்டேன்.

பெஞ்ச் கிளார்க் என் மீது சுமத்தப்பட்ட குற்றங்களை வாசித்துவிட்டு, 'நீ ஏதேனும் மறுப்புக் கூற விரும்புகிறாயா?' என்பது போல என்னைப் பார்த்தார்.

நண்பர்கள் கூறியது நினைவுக்கு வந்தது. செய்த தவறை ஒப்புக் கொண்டால் அபராதத் தொகையோடு தப்பலாம். மாஜிஸ்ட்ரேட்டிடம் மறுத்துப் பேசினால் உங்களை அவர் நாடு கடத்தினாலும் ஆச்சரியப்படுவதற்கில்லை.

குற்றத்தை ஒப்புக்கொண்டு தலைகுனிந்தேன். கிழவியின் வைத்தியச் செலவுகளுக்காக இருநூறு ரூபாய்களும், செய்த குற்றத்துக்குத் தண்டனையாக நூறு ரூபாய் அபராதமும் எனக்குத் தீர்ப்பாக வழங்கப்பட்டது.

அம்மாவாசை வெற்றிக் களிப்பில் லேசாகச் சிரித்தான். நான் கொடுக்கப் போகும் இருநூறு ரூபாய் கிழவிக்கா போகப் போகிறது? அம்மாவாசை அந்த வாரம் சாராயத்தில் குளிக்கப் போகிறான்.

இப்பொழுதெல்லாம் நான் ஸ்கூட்டரில் செல்லும் போது சைக்கிள்கள் என்னை ஓவர்டேக் செய்தால் பொறாமைப் படுவதில்லை. நான் ஸ்கூட்டர் ஓட்டுவதைப் பார்த்தால் 'பெடல்' செய்து கொண்டு போவது போல் இருக்கும்.

ஒன்வே டிராஃபிக்ல் உள்ள வீதிகளில் எனது மாமனாரே குடியிருந்தாலும் அந்த வீதிகளில் நுழைய மாட்டேன். ஸ்கூட்டரில் நான் செல்லும்போது வயதான கிழவிகள் எதிரே வந்தால் எனக்கு இப்பொழுதெல்லாம் கவலையேயில்லை. எனது ஸ்கூட்டர் தானாகவே நின்றுவிடும்.

சயனஸ் மூக்கு!

''ப்ளஸ் டூ மாணவர்களே, மாணவிகளே! 'சயனஸ்' என்றால் என்ன? டாக்டர் காளிமுத்து பாணியில் கூறுகிறேன், கேளுங்கள்! ஏ... வாலிப வயோதிக அன்பர்களே....! ஆஸ்துமா, ப்ராங்கைடீஸ், மார்பில் சளி, தொண்டையில் கபம், நாசித்துவாரங்களில் 'நயாகரா' நீர்வீழ்ச்சி போன்ற ஜலதோஷ சாம்ராஜ்யத்தின் இருபதாம் நூற்றாண்டு வாரிசுதான் 'சயனஸ்!'

ஏதோ ஒற்றைத் தும்மல், இரட்டைத் தும்மல் என்று அலசியமாக எண்ணி விடாதீர்கள். 'சயனஸ்' உள்ளவனின் நாசித்துவாரங்களிலிருந்து புறப்படும் தொடர்ச்சியான தும்மல்களுக்கு வலையப்பட்டியின் தவில் வாசிப்புக்கு ஈடாக தனி ஆவர்த்தனம் கொடுக்கக்கூடிய தெம்பு உண்டு. சொன்னால் நம்ப மாட்டீர்கள். அதி தீவிர 'சயனஸ்' உபத்திரவம் உடைய எனது நண்பர் ஒரு சமயம் தும்மிய பொழுது அந்த காலனியில் 'பவர்கட்' ஆகி இருளில் மூழ்கியதை நான் நேரில் பார்த்திருக்கிறேன். நண்பரின் பெயர் பம்மல் பார்த்தசாரதி. எங்கள் வட்டாரத்தில் அவரை 'தும்மல்' பார்த்தசாரதி என்று விளிப்பது வழக்கம்.

இரண்டு மாதங்களுக்கு முன்பு திருக்காட்டுப்பள்ளியில் ஒரு திருமணத்திற்குச் சென்றிருந்தேன். ஒல்லியாக, ஒடிசலாகத் தோற்றமளிக்கும் தூரத்து உறவினர் ஒருவரைச் சந்தித்தேன். உறவினரிடம் பிரதானமாக இருந்தது. அவருடைய திடகாத்திரமான மூக்கு ஒன்றுதான். இது நாள் வரை அவர் சாப்பிட்ட சத்தான ஆகாரங்கள் அனைத்தும் அவருடைய மூக்கை வளர்ப்பதற்கென்றே பயன்பட்டு விட்டது போலத் தோற்றமளிக்கும் 'நாசர்' மூக்கு. கார்ட்டூனிஸ்டுகள் கையை அரிப்பெடுக்க வைக்கும் பிரும்மாண்டமான மூக்கு! அவரது மூக்கில் தூளியைக் கட்டிக் குழந்தையைப் போட்டு ஆட்டலாம். 'மிஸ்டர் சயனஸ்' வசதியாகக் குடியேற இதை விடச் சிறந்த கேந்திர ஸ்தானம் கிடைக்காது. சர்வாதிகாரி 'சயனஸ்' தனது கொடிய சாம்ராஜ்யத்திற்கு எனது தூரத்து உறவினரின் மூக்கைத் தலைநகரமாக வைத்துக் கொண்டிருந்தாலும் ஆச்சரியப்படுவதற்கில்லை. கடந்த பத்து வருடங்களாக சயனஸால் தான் படும் அவஸ்தையை உறவினர் என்னிடம் தும்மியவண்ணம் கூறினார். உறவினரின் தும்மல் சற்று வித்தியாசமானது. பம்மல் பார்த்தசாரதியைப் போல தொடர்ச்சியாகத் தும்மாமல் வி.ஜி.பி.

முறையில் விட்டுவிட்டுத் தவணை முறையில் தும்பினார். போன ஜென்மத்தில் குடும்பக் கட்டுப்பாடு அதிகாரியாக இருந்திருப்பார் போலும். இரண்டு தும்மல்களுக்கிடையே போதிய இடைவெளி

கொடுத்துத் தும்மினார். உறவினர் நாகரிகம் காரணமாக ஒவ்வொரு தடவையும் தும்மியவுடன் 'ஸாரி! எக்ஸ்கியூஸ் மி' என்று கூறி கர்சீப்பால் 'மூக்கைப் பொத்திக் கொள்வார். சமயத்தில் தும்மல் வலுத்து, இரண்டு தும்மல்களுக்கிடையே உள்ள இடைவெளி குறையக் குறைய உறவினரும் 'ஸாரி! எக்ஸ்கியூஸ் மி''யை அவசர அவசரமாகக் கூறியபடியே தும்முவார். இந்த விளையாட்டு ஒரு உச்சத்திற்குச் சென்றவுடன் மனிதர் தனது நாசித்துவாரங்களினாலேயே 'ஸாரி! எக்ஸ்கியூஸ் மி' என்று சொல்ல வேண்டிய நிலை ஏற்பட்டது.

அது சரி, இந்த 'சயனஸ்' ஏன் வருகிறது? எதனால் வருகிறது? மருத்துவர்களிடம் சாதாரணமாகக் கேட்டால் இது ஒரு வகை 'அலர்ஜி' என்று கூறி 'பிரிஸ்கிரிப்ஷன்' எழுதத் துவங்குவார்கள். சொக்காயைப் பிடித்துக் கேளுங்கள். 'சயனஸைக் குணப்படுத்த மருந்தே கிடையாது. பேசாமல் பொறுத்துக் கொள்ளுங்கள்' என்று கூறி நழுவி விடுவார்கள். விஞ்ஞான முன்னேற்றம் அடைந்த 'கம்ப்யூட்டர்' யுகத்தில் ஒரு அல்ப 'சயனஸை' முறியடிக்க வழியே கிடையாது. சயனஸின் ஆட்சிக்கு உட்பட்ட பல்லாயிரக்கணக்கான பிரஜைகளில் இப்பொழுது நானும் ஒருவன்.

போகாத 'க்ளினிக்' இல்லை. என் மூக்கைக் காட்டாத 'டாக்டர்' இல்லை. ஒரு டாக்டர் எனக்கு எது 'அலர்ஜி' என்று கண்டுபிடிக்க தனது 'நர்சிங் ஹோமில்' உள்ள அத்தனை உபகரணங்களையும் என் மீது பிரயோகித்து துருவி, அலசி கடைசியில் சலித்துப் போனார். ஒரு நாள் எனக்கு 'வெங்காயம்' அலர்ஜி என்றார்.

வெங்காயம் சாப்பிடாததால் ஆகாரம் கூடியதே தவிர 'சயனஸ்' விடவில்லை.

மற்றொரு சமயம் டாக்டர் என்னிடம், 'எங்கு வேலை பார்க்கிறாய்?' என்று கேட்டார். 'சுந்தரம் கிளேட்டன் தொழிற் சாலையில்' என்றேன்.

'உனக்கு இண்டஸ்டிரியல் அலர்ஜி' என்று 'கண்டேன் சீதை' பாவனையில் கூவினார். நான் சாப்பிடும் 'புவ்வாவுக்கே' மனிதர் உலை வைத்து விடுவார் என்ற பயத்தில் நழுவி விட்டேன்.

நாட்டு வைத்தியர் 'நலகோடி நஞ்சுண்டன்' அடியேனின் நாசியை அரை மணி நேரம் ஆராய்ந்தார். ஆராய்ச்சி முடிந்ததும் அடியேனின் மூக்கைப் பழையபடி அது இருந்த இடத்தில் பொருத்திவிட்டு பக்கத்திலிருந்த ஓலைச்சுவடிகளைப் புரட்ட ஆரம்பித்தார். 'சயனஸ்' குணமடைய ஏற்ற மருந்தைத்தான் தேடுகிறார் என்று ஆவலோடிருந்தேன். ஆனால் நவகோடி நஞ்சுண்டனோ சங்க காலத்தில் 'சயனஸ்' என்ன பெயர் கொண்டிருந்தது என்பதைக் கண்டுபிடித்து, அதை எனக்கும் கூறி ரோமாஞ்சனப் புளகாங்கிதமடைந்தார். அன்று

எனது சயனசுக்குப் புறநானூறு தமிழில் நாமகரணம் சூட்டப்பட்டு 'புண்யாவாசனம்' செய்விக்கப்பட்டது.

நவகோடி அளித்த விதவிதமான பொட்டலங்களில் களிம்பு, சூரணம், மாத்திரைகள். (மாத்திரைகள் சின்னதாக கறுப்பு நிறத்தில் இருந்தன. ஒரு மாத்திரையைக் கொளுத்திப் பார்த்தேன். பாம்பு வந்த வண்ணம் இருந்தது. பக்கத்து வீட்டுக்காரர் கூறினார் நஞ்சுண்டன் தீபாவளி சமயத்தில் பட்டாசுக் கடை வைப்பவர் என்று...) நாட்டு வைத்தியம் தொடர்ந்த நான்காவது மாதத்தில் நெற்றியில் இரண்டு இடங்களில் லேசான வீக்கத்தோடு மேடு தட்ட ஆரம்பித்தது. சாப்பிட்ட கீரை, இலை தழைகளுக்கு 'ரியாக்ஷனாக' கொம்பு முளைக்கிறதோ என்ற பயம் என்னுள் கவ்வியது. நவகோடி நஞ்சுண்டனை நிராகரித்தேன்.

ஆபீஸில் பணிபுரியும் சகஊழியரின் ஆலோசனையின்படி மயிலாப்பூரில் ஒரு 'யோகி'யிடம் 'சயனஸை'ப் போக்கிக் கொள்ள 'யோகாசனம்' பயின்றேன். புஜங்காசனம், சர்வாங்காசனம், ஹாலாச னம், கமலஹாசன் - சாருஹாசனம் என்று பல ஆசனங்களை யோகி எனக்குக் கற்றுத் தந்தார். படுபாவி 'சயனஸ்' பதஞ்சலியின் யோக சாஸ்திரத்திற்கும் பணியவில்லை.

சென்ற மாதத்தில் ஒரு நாள் இரவு இந்தக் கொடிய அசுரன் சயனஸை எப்படி அழிப்பது என்ற யோசனையில் கண்ணயர்ந்தேன். அதிகாலை எனக்கு ஒரு அற்புதமான கனவு! சொப்பனத்தில் சுகர், விஸ்வாமித்ரர், ரிஷ்யசிருங்கர், அகஸ்தியர் (கனவில் அகஸ்தியர் ஆறு அடி எட்டங்குலத்திற்கு உயரமாக இருந்தார். ஒருவேளை மாறு வேஷமோ, அல்லது அகஸ்தியர் குள்ளம் என்பதெல்லாம் கர்ணபரம்பரைக் கதைகளோ... என்னவோ? மொத்தத்தில் ஏ.பி. நாகராஜன் படத்தில் என்.டி. ராமராவுக்கு வரவேண்டிய 'சான்ஸ்' சீர்காழி கோவிந்தராஜனுக்குப் போய் விட்டது...) போன்ற வேத கால ரிஷிகள் என்னிடம் வந்து 'சிலுக்கு ஸ்மிதா செளக்கியமா?' என்று சம்ஸ்கிருதத்தில் கேட்டார்கள்.

'வேத கால ரிஷிகளே! உங்களுக்குமா சிலுக்குத் தனம் தலைக் கேறி விட்டது?' என்று செல்லமாக அவர்களைக் கடிந்து விட்டுப் பின்வருமாறு அவர்களை சம்ஸ்கிருதத்தில் கேட்டேன். (சும்மா சொல்லக் கூடாது. சம்ஸ்கிருதம் எனக்கு சொப்பனத்தில் சரளமாக வருகிறது...) 'ஓ... ரிஷிகளே! நீங்கள் எல்லோரும் எங்கும் வியாபித்திருக்கும் பரப்பிரும்மத்தையே உங்களது ஞானத்தால் தேடித் தெரிந்து கொண்டவர்கள்... உங்களால் இந்தச் சிறுவனுக்கு ஒரு காரியம் ஆகவேண்டும். 'சயனஸ்' என்றால் என்ன? இந்த நோய் எதனால் வருகிறது-? இதை அழிப்பது எப்படி?' எனது இந்தக்

கேள்விகளுக்குக் கீழ்க்கண்ட பதிலை வேத கால ரிஷிகள் ஒன்று சேர்ந்து எம்.பி. சீனுவாசன் ஸ்டைலில் கோரஸாகச் சேர்ந்திசைத் தார்கள். 'நரனே... முதலில் ஒன்று தெரிந்து கொள்...நீ நினைப்பது போல 'சயனஸ்' ஒரு நோய் அல்ல... 'சயனஸ்' என்று ஏக வச னத்தில் கூறாதே... 'சயனீஸ்வரர்'' என்று பயபக்தியோடு கூறு... 'சயனீஸ்வரர்' என்பவர் வேறு யாருமல்ல... 'சனீஸ்வரரின்' ஒரு அம்சமே இந்த 'சனீஸ்வரர்'. ஒருவனிடம் சனீஸ்வரர் தங்கும் காலம் ஏழரை ஆண்டுகள் என்றால் சயனீஸ்வரர் தங்கும் காலம் பதினைந்து ஆண்டுகள்... சயனீஸ்வரரின் சோதனையைப் பொறுத்துக் கொள்... உனக்கு அவர் அருள்பாலிப்பார்... என்று கூறி அனைத்து ரிஷிகளும் ஆசாரமாகத் தும்மினார்கள். வேத கால ரிஷிகளையும் சயனீஸ்வரர் விடவில்லை போலும்.

'ரிஷிகளே...சயனீஸ்வரர் பிடியிலிருந்து விலக வேறு வழியே கிடையாதா...?' என்றதற்கு,

'நரனே... சயனீஸ்வரருக்கு ஒரு ஆலயம் கட்டி அதில் அவரைப் பிரதிஷ்டை செய்து தினமும் அவருக்கு பூஜை, அபி ஷேகம் முதலியவை செய்து வாருங்கள்... சயனீஸ்வரர் உங்களைக் குணமாக்குவார்...' என்று கூறிய ரிஷிகள் என்னிடம், சயனீஸ்வரர் நாமாவளி, தும்மலஷ்டகம், இருமல் அந்தாதி போன்ற தோத்திரப் புத்தகங்களைக் கொடுத்தனர். வியப்பில் என் விழிகள் மலர்ந்தன. கை, கால்கள் சோம்பல் முறித்தன. வாய் கொட்டாவி விட்டது. துரோகி 'நாசி' மட்டும் வழக்கம் போல தும்ம ஆரம்பித்தான்.

என் கூடவே இருந்து குழி பறிக்கும் கருங்காலி நாசி, கொண்டவனான என்னை வஞ்சித்து, கடந்த ஆறு வருடங்களாக அந்தச் சாகசக்காரன் 'சயனஸோடு' சரசம் புரியும் சண்டாளி நாசி.

அடடா....! சயனீஸ்வரர் குடியிருக்கும் கோயிலை (எனது மூக்கை) அவசரத்தில், ஆத்திரத்தில் சண்டாளி, துரோகி என்று திட்டி விட்டேனே... அபசாரம்.. அபசாரம்...! சயனீஸ்வரா, என்னை மன்னித்து விடு... வேத கால ரிஷிகள் கனவில் கூறியபடி உனக்குக் கோவில் எடுக்கிறேன். இது சத்தியம்.''

பி.கு.: 'சயனீஸ்வரர்' கோயில் கட்டுவதற்காகத் தேவையான நன்கொடை வசூலிக்க நான் எனது 'சயனஸ்' நண்பர்களுடன் வருவேன்... தங்களால் இயன்ற பொருளுதவியைத் தரும்படி கேட்டுக் கொள்கிறேன். மேலும் சயனீஸ்வரர் ஆலயம் கட்டுவதற்காக 'இளையராஜா' இசை நிகழ்ச்சி ஏற்பாடு செய்யப்பட்டிருக்கிறது... டிக்கெட் விவரம் ரூ.1000. ரூ.500. ரூ.100 ரூ.50.

(பெண்) பிள்ளை பிடிக்கும் பால்ட்டர்கீஸ்ட் பேய்!

‘மெட்ராஸ்ஐ’யை விட வெகு வேகமாக சென்னையில் பரவி பிரபலமாகிக் கொண்டிருக்கும் அந்த ‘மெட்ராஸ்பேய்’ எனும் ஸ்பீல் பெர்க்கின் Poltergeist சாத்தானைத் தனியாகச் சந்திக்கப் பயந்து, நண்பர்களோடு (கிச்சா, கோபி) சென்று பைலட் தியேட்டரில் பார்த்தேன்... பார்த்தேன் என்று பொதுவாகக் கூறுவதை விட, கவிஞர் கண்ணதாசன் பாணியில் விலாவாரியாகச் சொல்ல வேண்டும் என்றால்,

‘பார்த்தேன் பயந்தேன்
பாதம் வரை வேர்த்தேன்
பத்து விரல் கொண்டு
முகம் புதைத்தேன்
அப்படியும்
பால்ட்டர்கீஸ் சப்தமதில்
செத்து செத்துப் பிழைத்தேன்’

என்று, அன்று ஸ்பீல் பெர்க்கின் வெள்ளித்திரை கொள்ளி வாய்ப்பிசாசிடம் பட்ட பாட்டைக் கவிதை நயத்தோடு... ஸாரி... கலவர பயத்தோடுதான் கூற வேண்டும்...!

‘இமேஜ்’ கெட்டு போய் நம்ம ஊரில் நாயாய் அலைந்து கொண்டிருக்கும் பேய்களுக்குப் புத்துணர்ச்சி அளிப்பது போல வந்திருக்கிறது வெள்ளைக்காரனின் பேய்! பிதுரார்ஜிதச் சொத்துகளான பேய், பிசாசு, பில்லி சூனியம் போன்ற அதர்வண வகையறாக்கள் சீமைக்குப் போய் செட்டில் ஆகி, ஹாலிவுட்டைத் தங்களுடைய வேடந்தாங்கலாக்கிக் கொண்டு விட்டனவோ என்ற சந்தேகம் படத்தைப் பார்க்கும்போது ஏற்படுகிறது!

‘எக்ஸார்ஸிஸ்ட்’டில் பேய் ஒரு சேயின் மீது தன்னை ஆவாகனம் செய்துகொண்டு அட்டகாசம் புரிந்தது... அடுத்து வந்த ‘ஓமனில்’

அது சிறுவனாக அவதாரமே செய்தது... ஸ்பீல் பெர்க்கின் பால்ட்டர் கீஸ்ட் படவா ராஸ்கல் பேய் சற்று வித்தியாசமானது. இது பிள்ளை (பெண் பிள்ளை) பிடிக்கும் டைப்... பிள்ளையைப் பிடித்து வெளியூருக்குக் கடத்திச் செல்லாமல் அந்தப் பிள்ளையின் ரூமையே ஆக்கிரமித்து அழிச்சாட்டியம் செய்கிறது... அதுவும் எப்படி?

மண்ணை உண்ட கண்ணனின் வாயை வேலைமெனக்கெட்டுத் திறக்கச் சொல்லி அங்கு பார்த்த மகோன்னதங்களின் பிரமிப்பால் மூர்ச்சையடைந்த யசோதை போல, 'பால்ட்டர்கீஸ்ட்' அந்தச் சிறுமியின் அறையில் புரியும் 'ரெவல்யூஷனரிடைப்' (இங்கு ரெவல்யூஷனரி என்றால் புரட்சிகரம் அல்ல.. கட்டிலிலிருந்து காலண்டர் வரை காட்டுத்தனமாக அந்த அறைக்குள் தட்டாமாலை சுற்றுகிறது) 'லூட்டி' பயங்கரம்!

ஆரம்ப நியூஸ் ரீல் காட்சிகளின் போது, எனக்கு முன்வரிசையில் அமர்ந்திருந்த ஒருவர், பிசாசு மாதிரி அலறி அழுது ஆகாத்தியம் செய்து கொண்டிருந்த அவரது மூன்று வயதுக் குழந்தையைச் சமாதானப்படுத்தப் பலவித சேஷ்டைகள் செய்து கொண்டிருந்தார்..

படம் ஆரம்பித்ததும் அழுது கொண்டிருந்த அந்தக் குழந்தை, திரையில் வந்த பயங்கரங்களைப் பார்த்து படுகுஷியாகச் சிரித்து விளையாட ஆரம்பித்தது!

ஆனால், அந்தோ! தந்தையின் முகத்தில் கொப்பளம் கொப்பளமாக வேர்க்க ஆரம்பித்து, ஆல்மோஸ்ட் அழாத குறைதான்.

பால்ட்டர்கீஸ்ட்டைப் பற்றி ஆராய்ச்சி செய்ய வந்த ஓர் அசட்டு தைரியக்காரர், ஒரு கட்டத்தில் தன் முகத்தைப் பிய்த்துப் பிய்த்து செல்ஃபேப்ஷேவிங் செய்து கொண்டு பாதி கபோலத்தைக் கண்ணாடியில் பார்க்கும் 'பயங்கரப் பிரமை' காட்சியில்... மயிர்க் கூச்செறிவதற்குச் சற்றும் இடம் கொடுக்காத அளவுக்கு முழு வழுக்கையாக (பத்தை போடலாம்...) இருந்த அந்த முன்வரிசை பயந்தவாதிக்கு, தலையில் முடி வளர்ந்து அது மயிர்க்கூச்செறிந்து ஆன்ட்டனா போல விறைத்துப் புடைத்துச் சிறிது நேரம் நின்றுவிட்டு மறைந்தது...!

என்கூட வந்த பள்ளத் தோழன் கிச்சா, எட்டாம் கிளாஸிலேயே 'பிஸ்தா' 'பீலா' என்று சக மாணவர்களால் சிலாக்கியமாகப் பேசப்பட்டவன்... வேலியில் ஓடும் ஓணானின் வாலைப் பிடித்துத் தூக்கி அதில் நூல் கட்டி விளையாடும் வீர மரபில் வந்தவன். அப்படிப்பட்ட கிச்சா, ஸ்பீல் பெர்க்கின் படத்தால் சாதாரண பச்சாவாகி ''பாப்கார்ன் வாங்கி வரேன்... பாத்ரூம் போயிட்டு

வரேன்'' என்று பல தடவை பால்ட்டர்கீஸ்ட்டுக்குப் புறமுதுகு காட்டினான்.

என் கேஸ் வேறு விதம்... எனக்குப் பாதி பயம்... மீதி... நமக்குள் என்ன வெட்கம் வேண்டிக்கிடக்கு... மீதியும் பயம்தான்... நான் மிகவும் பயந்தது பால்ட்டர்கீஸ்ட் பேயைவிட மோசமாக இருந்த அதை விரட்ட வரும் அந்தக் கோதுமையால் பிடிக்கப்பட்ட குள்ளமான சூனியக்காரியிடம்தான்!

கதையைப் பொறுத்தவரை பல இடங்களில் ஸ்பீல் பெர்க் காதுல பூ வைக்கும் ரீல் பெர்க்காக இருந்தார். ஒரு வீட்டில் பிசாசு புகுந்து கலாட்டா செய்கிறது... ஆனால், அடுத்தாத்து அம்புஜமோ பக்கத்து வீட்டுப் பங்கஜமோ கண்டுக்கிட்டதாகவே காட்டலை.

ஸ்பீல் பெர்க்கும் ஒரு வெள்ளைக்கார விட்டலாச்சாரிதான். ஆனால், அந்த ஸ்பெஷல் எஃபெக்ட் சாதுர்யங்கள் படத்தை ஒரு 'Well-Taken விட்டலாச்சாரி' படமாக ஆக்கிவிட்டது. இனியும் ஆயகலைகள் அறுபத்துநான்குதான் என்றால் அது அபத்தம்... ஸ்பீல் பெர்க்கின் ஸ்பெஷல் எஃபெக்ட் கலையையும் சேர்த்து ஆயகலைகள் அறுபத்தைந்து என்று கூறுவதுதான் உத்தமம்!

ஸ்பீல் பெர்க்கின் இந்த பால்ட்டர்கீஸ்ட் சற்று ஆசாரமான பேய். தான் பிடித்த சிறுமியைத் தவிர வேறு எந்தப் பொருளாவது அந்த அறைக்குள் நுழைந்தால் அந்தப் பொருளின் மீது ஜாம்., ரஸமுலாய், ஜவ்வரிசி, சேமியா போன்ற கொழகொழா வழவழா வஸ்துக்களைப் பூசி மெழுகி வெளியே ஆத்திரமாக வெத்திலை சீவல் துப்புவது போலத் துப்பிவிடும்!

அட்வைஸ்: இந்தப் படத்துக்குப் போகப் பிரியப்படுபவர்கள் தயவுசெய்து மனைவியோடு செல்லுங்கள்... அவ்வளவாகப் பயம் தெரியாது... எப்படி என்று கேட்கிறீர்களா...? எல்லாம் இரு கோடுகள் தத்துவம்தான். மனைவிக்குப் பயந்து நடுங்கும் நமக்கு அவளே பக்க துணையாக வந்தால்... அப்புறம்.. பால்ட்டர்கீஸ்ட்டாவது... புடலங்காயாவது...!

கேசவனின் அணுமான பிரச்னை!

பிறவியிலேயே குண்டு கேசவன், 'டபுள் பெட்ரூம்' நீள அகலத்துக்கு 'கஷ்க் -முஷ்க்' மேனியன்.

சுருங்கச் சொல்லப்போனால், எவ்வளவு உற்றுப் பார்த்தாலும் அமரனாகிவிட்ட அந்த குருவாயூர் யானை கேசவனுக்கும் எனது தோழன் கேசவனுக்கும் உள்ள அதிகபட்ச வேற்றுமைகள் மூன்றே மூன்றுதான் கண்டுபிடிக்க முடியும். குருவாயூர் கஜேந்திரனுக்கு உள்ள தும்பிக்கை, வால், தந்தம் ஆகிய மூன்றும் இவனுக்குக் கிடையாது. மற்றபடி குருவாயூர் யானை கேசவனுக்கு அருகில் நம்ம கேசவனை நாலு கால் மண்டியிட்டு 'போஸ்' கொடுக்கச் சொல்லி, டார்வின் உயிரோடிருந்து அவரை அழைத்து வந்து காட்டினால், 'குரங்கிலிருந்து பிறந்தவன் மனிதன்' என்ற தனது தியரியை 'ஆனையிலிருந்து அவதரித்தவன் ஆடவன்' என்று ஒரே விநாடியில் மாற்றிக் கொண்டு விடுவார்.

'பி. எச். இ. எல்.' தயாரிக்கும் பாய்லர்களுக்கு கிரான ராட்சஸ அண்டாக்கள் போன்ற பெரிய பெரிய பாத்திரங்களை நமது கதாபாத்திரம் குண்டு கேசவனுக்கு முன்பு வரிசையாக வைத்தால், அப்பாத்திரங்கள் தம்மாத்தூண்டு வஸ்துக்களாகி அசடு வழியத் தலைகுனிந்து கொண்டு விடும்!

இப்படி அமெரிக்கா, ரஷ்யா போன்ற எந்த அயல்நாட்டு உதவியுமின்றி சிவகாசியில் (கேசவன் ஜனித்த கந்தக பூமி) சுதேசியாகத் தயாரிக்கப்பட்ட திரியில்லாத இந்த கேசவ அணுகுண்டு வெறுமே சுவரில் இடித்தாலே போதும், ஐந்து மைல் விஸ்தீரணத்துக் குட்பட்ட சுற்றுப்புற வட்டாரத்தில் ஹிரோஷிமா நாகசாகியை (நாகசாமி என்று இதை ரொம்ப நாள் நினைத்துக் கொண்டிருந்தேன்...) நினைவூட்டும் அளவுக்குச் சேதம் ஏற்படும்.

கையில் வெண்ணெயை வைத்துக் கொண்டு நாம் நெய்க்கு அலைகிறோம்... ஈழப் பிரச்னையைத் தீர்க்க எனக்குத் தெரிந்த ஒரே வழி கேசவனும் ஆர்க்கிமெடிஸ் பிரின்ஸிபிளும்தான். பொழுது விடிந்து பொழுது போனால் யாரையெல்லாமோ சிலோனுக்குப் பேச்சு வார்த்தைக்கு அனுப்புவதற்குப் பதிலாக ஒரு தடவை கேசவனை அனுப்பி ஜெயவர்த்தனாவுக்கு எதிரில் நிறுத்தி, ''ஜெயவர்த்தனா அவர்களே... இங்கு நடக்கும் அராஜகத்துக்கு நீங்கள் முற்றுப்புள்ளி வைக்காவிட்டால் நாங்கள் கேசவனை ராமேஸ்வரம் சங்கர மட உச்சியிலிருந்து 'பொதே'லென குதிக்கச் சொல்லி

சமுத்திரத்தைப் பொங்க வைத்து சிங்களத்தை மூழ்கடிப்போம்'' என்று பூச்சிக் காட்டினால், நிச்சயமாக ஜெயவர்த்தனா நம்ம கேச வன் காலில் விழுந்து சரணாகதி செய்து விடுவார்!

சுமார் முப்பது ஆண்டுகளுக்கு முன்பு தீபாவளி ரிலீசான கேசவ சிசுவின் எடையைப் பரிசோதித்த ஆஸ்பத்திரி நர்ஸ், 'ஒருவேளை நரகாசுரன்தான் மீண்டும் பிறந்து விட்டானோ?' என்று அச்சத் தோடு மயங்கி விழுந்ததை, அந்த நர்ஸிங் ஹோமில் பரவலாக இன்றைக்கும் டாக்டர்களும் நர்ஸுகளும் ஆயாக்களும் எல்லாரும் பேசுவதுண்டு.

நாளொரு பவுண்டும் பொழுதொரு கிலோவுமாகக் கூடிய கேச வனது விஸ்வரூப வளர்ச்சியைப் பார்த்து, ஆரம்பத்தில் கொஞ்சிய அவன் தந்தை, ஐந்தாவது வயதில் அஞ்ச ஆரம்பித்தார்.

போஜனப்பிரியர்கள் சாப்பிடும்போது நப்பாசையில் எக்ஸ்ட்ரா வாக சாதமோ. ரசமோ, கறியோ கேட்பதை நாம் பார்த்திருகலாம். நம்ம கேசவன் எக்ஸ்ட்ரா இலையே கேட்பான்! சாப்பிடும்போது கேசவன், ‘கல்யாண சமையல் சாதம் என்று பாட்டு ஒன்றுதான் பாடமாட்டான்! காலுக்குப் போடும் பூட்ஸிலிருந்து கையில் கட்டும் கடிகார ஸ்ட்ராப்வரை எல்லாமே மேட்டுஆர்டர்தான் நம்ம ‘கிங்சைஸ்’ கேசவனுக்கு. இவன் பூட்ஸை நாம் போட்டுக் கொண்டால், பூட்ஸுக்குள்ளேயே சில கெஜ தூரம் நடக்க வேண்டி வரும்! எனக்குத் தெரிந்து உலகிலேயே பல மீட்டர் துணி கொடுத்து பனியன் தைத்துக் கொள்ளும் ஒரே ஆசாமி கேசவன்தான்... நம்ம சைஸ் பனியனெல்லாம் கேசவன் போட்டுக் கொண்டால் பார்க்கிறவர்களுக்கு நாயுடு ஹால்தான் ஞாபகத்துக்கு வரும்!

முப்பது வயதான கேசவ பிரம்மச்சாரி, வக்கீலுக்குப் படித்து விட்டு முழு நேர தாசில் செய்து கொண்டிருக்கிறான்... கோர்ட் டில் ஒடிசலான ஜட்ஜைப் பார்த்து தடிசலான இவன், ‘‘கனம் கோர்ட்டார் அவர்களே’’’ என்று கூறும்போது, ஜட்ஜிலிருந்து கோர்ட் பியூன் வரை ‘களுக்’ என்று பொங்கிவரும் சிரிப்பை அடக்கப் பிரம்மப்பிரயத்தனம் செய்வார்கள்.

அண்மையில் கேசவனை எதேச்சையாக மார்க்கெட்டில் சந்தித் தேன். ‘‘டேய், எனக்குக் கல்யாணம் நிச்சயமாகி இருக்குடா. இதே தேதில மூணு மாசம் கழிச்சு நான் அபிதகுஜாம்பாள் சத்திரத்துல அவ (இவனை அடையப்போகும் ஆனை பிடித்த அபாக்கியசாலி) கழுத்துல மூணு முடிச்சு போட்டுண்டிருப்பேன்’’ என்று கூறி, என் தலையில் ஒரு குண்டைப் போட்டான் கேசவன். குண்டு (கேச வன்) போட்ட இந்தக் குண்டு என் அடிவயிற்றைக் கலக்கியது. சகோதரன் போலப் பழகிய நண்பனின் கல்யாண சேதி கேட்டுச் சந் தோஷப்பட வேண்டிய நான், மாறாகச் சங்கடப்பட்டதன் காரணம், என் கண்முன் விரிந்த கேசவனின் முதலிரவு ‘ஈவ்டீஸிங்’ காட்சி... இவனது ஆலிங்கனத்தால் மூச்சுத் திணறி, சாந்தி முகூர்த்தத்தன்றே சுமங்கலியாக சுவர்க்கம் போகப் போகும் அந்த அபலையின் ஆத்மா சாந்தியடையப் பிரார்த்திக்காமல் இருக்க முடியவில்லை!

பெண்ணைப் பெற்றவர் என்ன தைரியத்தில் இவனுக்கு அவளைத் தாரை வார்த்து கொடுக்கச் சம்மதித்தார் என்ற சந்தே கமும் கூடவே என்னுள் உதித்தது. பிற்பாடு விசாரித்தபோதுதான் தெரிந்தது கேசவனின் தந்தை, பெண்ணைப் பெற்றவருக்கு வரதட்ச

ணை தந்ததோடல்லாமல் திருமணச் செலவையும் ஏற்றுக் கொள்ளச் சம்மதித்த சமாசாரம்...

நிச்சயமான திருமணத்தை நிறுத்த முடியாது. அட, அட்லீஸ்ட் கேசவனின் உருவத்தைத் திருமணத்துக்குள் ஓரளவாவது திருத்த (திருமண ஊஞ்சல் தாங்கும் அளவுக்காவது இவனது பளுவைக் குறைக்க) ஏதாவது வழி இருக்கிறதா என்று, கல்யாணத் தோழ னாகிய நான் மண்டையைப் பிய்த்துக் கொண்டிருக்கும் வேளையில், கேசவனே அதை என்னிடம் கேட்டுவிட்டான்:

''டேய்... கல்யாணத்துக்கு இன்னும் மூணு மாசம் இருக்கு... அதுக்குள்ளே என்னைச் சுருக்கிக்க ஏதானும் வழி இருக்கா? நீதான் டெய்லி இந்த யோகா, எக்ஸர்ஸைஸ் எல்லாம் பண்ணறியே... ஏதாவது ஐடியா கொடுடா... ப்ளீஸ்...!''

தோழனுக்குத் தோள் கொடுக்கக் கச்சம் கட்டிக் கொண்டு இறங்கினேன்.

முதல் கட்டம் - உண்ணாவிரதம்.

அவனுக்கு ஊக்கமளிக்க நானும் அவனோடு சேர்ந்து உண்ணா விரதம் இருந்து கம்பெனி கொடுத்தேன். அலட்சியமாகப் பத்து நாள் உண்ணாவிரதம் இருந்த கேசவனின் எடையில் மில்லி கிராம் கூடக் குறையவில்லை...

அடுத்த கட்டமாக, எனக்குத் தெரிந்த ஹாலாசனம், சர்வாங்காச னம், பத்மாசனம் என்று ஆரம்பித்து கமலஹாசனம், சாருஹாச னம் வரை ஒன்று விடாமல் கேசவனுக்குக் கற்றுக் கொடுக்க முயற்சித்துத் தோல்வியுற்றேன். அவனால் செய்ய முடிந்த ஒரே ஆசனம் இரண்டு கஷ்டமான ஆசனங்களுக்கிடையே ஓய்வெடுத்துக் கொள்ள யோகிகள் மல்லாக்கப் படுத்துச் சீராக மூச்சு இழுத்துவிடும் சுவாசனம்தான்...

மூன்றாவது கட்டமாக, கேசவனைத் தினம் சாந்தோம் பீச்சில் ஆரம்பித்து அண்ணா சமாதிவரை நிற்காமல் ஓடிச் சென்று திரும்பி வருமாறு சொன்னேன்... கர்மசிரத்தையாகக் கேசவனும் முதல் நாள் வெற்றிகரமாக ஓடி மூச்சிரைக்கத் திரும்பினான்.

மறுநாள் அதிகாலை பயிற்சியைத் தொடரக் கிளம்புவதற்கு முன்பு காலை நாளிதழைப் பார்த்த நான் திடுக்கிட்டேன். 'சாந் தோம் பீச்சிலிருந்து அண்ணா சமாதி வரையுள்ள பீச் ரோடை மேடுபள்ளமாக்கி சேதப்படுத்திய சமூக விரோதி யார்? இது பற்றிப் புலனறிய போலீஸார் தீவிரமாக உள்ளனர்.' நாளிதழில் வந்த இந்தச் செய்தி கேசவனின் மூச்சிரைக்க ஓடும் பயிற்சிக்கு முற்றுப்புள்ளி வைத்தது.

அத்தனையும் படுதோல்வி...

குறித்த நாளும் வந்தது...

உடல் குறையாத கேசவனுக்கும் உடலே இல்லாத ஒரு ஒல்லிக் குச்சிக்கும் திருமணம் இனிதாக நடந்து முடிந்தது...

ஆறு மாதங்கள் கழிந்தன...

ஒரு நாள் முன்பின் தெரியாத வத்தலான ஒரு ஆசாமி உரிமையோடு என் முதுகில் தட்டி, ''என்னடா, சௌக்கியமா?'' என்று விரக்தியான குரலில் கேட்டான்.

யார் இவர் என்று புரியாமல் திருதிருவென முழித்த என்னிடம், ''அடையாளம் தெரியலையா...? நான் தாண்டா கேசவன்... எப்படி இவன் இப்படி இளைச்சான்னு நீ ஆச்சரியப்படறது புரியுது. அதை ஏன் கேக்கறே போ... அவ புடுங்கற புடுங்கல்ல இன்னும் ஏழே மாசத்துல இப்ப இருக்கற சதையும் போய், நான் எலும்புக்கூடா ஆயிடுவேன் போலிருக்கு.. கல்யாணத்துக்கு முன்னாடி பிரச்சனை உடம்புலதான் இருந்தது. இப்ப என்னோட பிரச்சனை அந்த ராட்சசியால் உடம்போடு சேத்து உள்ளத்தையும் உருக்கி வாட்டி வதைக்குது'' என்று புலம்பிய கேசவன், திடீரென கப்சிப் ஆனான். காரணம்... கல்யாணத்தன்று நான் பார்த்த ஒல்லிக் குச்சியான கேசவனின் மனைவி, வாட்டசாட்டமான வளர்த்தியோடு, வீதி அதிரக் கேசவனை நோக்கி வந்து கொண்டிருந்தாள்...!

"என்று அடிக்கும் என் பயலுக்கு எல்.கே.ஜி. யோகம்?"

மூன்று ஆண்டுகளுக்கு முன் அவதரித்த எனது இரண்டாவது 'மழலை' முகுந்தனுக்காக ஒரு ஸ்கூல் விடாமல் ஏறி இறங்கி இடம் கிடைக்காத விரக்தியில், மாம்பலம் 'பனகல் பார்க்'கில் சோகமாக ஒரு அசோக மரத்தடியில் சென்றமர்ந்தேன். சுற்றுமுற்றும் பார்த்துவிட்டு பார்க்கில் யாரும் இல்லை என்று ஊர்ஜிதப்படுத்திக் கொண்டு உணர்ச்சி வசப்பட்டு, 'என்று அடிக்கும் என் பயலுக்கு எல்.கே.ஜி. யோகம்' என்று எட்டாத சுருதியில் ஒப்பாரி வைக்க ஆரம்பித்தேன்.

நன்றாக ஞாபகமிருக்கிறது! ஆறு வயதில் என் பாட்டி என்னை வீட்டுக்கு அருகிலுள்ள கற்பகாம்பாள் உயர்நிலைப் பள்ளியில் ஒண்ணாம் கிளாஸில் சேர்த்து விட்டாள். நான் படிக்கும் காலத்தில் (அப்படி ஒன்றும் பட்டினத்தார், தாயுமானவர் காலம் அல்ல... முப்பது வருடங்களுக்கு முன்புதான்) இந்த எல்.கே.ஜி., யு.கே.ஜி. போன்ற பெரியார் பாஷையில் சொல்லப் போனால் இந்தப் புடலங்காய், வெங்காயமெல்லாம் கிடையாது. க்யூவில் நிற்காமல் எடுத்த உடனேயே டக்கராக ஒண்ணாம் கிளாஸ் சொர்க்க வாசலில் நுழைந்தேன்.

அப்போதெல்லாம் ஒண்ணாம் கிளாஸ்லேருந்து அஞ்சாம் கிளாஸ்வரை அப்படி ஒன்றும் பாடத்தில் பெரிய வித்தியாசம் இருக்காது. அதே ஆத்திசூடி. கொன்றைவேந்தன், பதியன் போடுதல், கணக்கில் பதினாறாம் வாய்ப்பாடு... தெரியாவிட்டால் பெஞ்சு மேல் பீரியட் முடியும்வரை நிற்கவேண்டும்...

அதே மாதிரி ஆறாம் கிளாஸ்லேந்து எஸ்.எஸ்.எல்.ஸி. வரை அதே ஆர்க்கிமெடீஸ் பிரின்சிபிள், அதே அசோகா ஸ்தூபி கட்டினார். மரம் நட்டார், குளம் வெட்டினார்தான்... (சில சமயம் சரித்திர வாத்தியாருக்கு உடம்பு சரியில்லையென்றால், அவருடைய நெருங்கிய நண்பர் சயன்ஸ் வாத்தியார்தான் பரீட்சைக்குக் கேள்வி தயார் செய்வார். ஒரு தரம் இதுமாதிரி சயன்ஸ் வாத்தியார், சரித்திரப்

பரீட்சைக்குக் கேள்வித் தாள் தயாரித்தபோது, ''அகோசரின் படம் வரைந்து பாகங்களைக் குறி...'' என்று ஒரு கேள்வி கேட்டுப் புத்தியைக் காட்டி விட்டார்.)

என் பையனுக்கு எல்.கே.ஜி. கிடைக்காத வெறுப்பில் இப்படி யெல்லாம் கன்னாபின்னாவென்று கரித்துக் கொட்டியபடி பார்க்கில் உள்ள புல்லைப் பிடுங்கிப் பிடுங்கிக் கடித்துத் துப்பியவண்ணம் எண்ணிக் கொண்டிருந்தவன், சம்சார ஞாபகம் வர, மின்சாரம் தாக்கியது போலப் பழைய நிலைக்கு வந்தேன்.

அப்போதுதான் தெரிந்தது... நான் புல்லைக் கடித்துத் துப்ப வில்லை... மாடு போல மேய்ந்தே கொண்டிருந்தேன் என்பது. என் எதிரில் இருந்த புல்வெளியில் நீளவாட்டத்திலும் அகல வாட்டத்திலும் என் கைக்கு எட்டிய தூரம் வரையில் ஒரு புல் விடாமல் மேய்ந்து ஒரு சிறிய ஒற்றையடிப் பாதையே அமைத்திருந் தேன்..

எட்டு மணி ஆகிவிட்டது. வீட்டுக்குப் போகலாம் என்று எழுந்தால் காலையில் மனைவி கூறியது என் காலைக் கட்டி நிறுத்தியது:

'நம்ம வீட்டு வேலைக்காரி வேப்பம்மாவோட புருஷன் வேலப்பன் தன் பையனுக்கு ஜான் டாஸ்கி கான்வென்ட்லே சீட் வாங்கிட்டான்... நீங்கதான் துப்பு கெட்டஜென்மமாயிருக்கேள்.'

அவளை எந்த முகத்தோடு சந்திக்கப் போகிறேன்?

பள்ளியறைக்குள் நுழைந்தவுடன் முகுந்தனின் பள்ளிக்கூடம் பற்றிக் கேட்டால் என்ன பதில் சொல்வது?

பர்மனென்ட்டாக பனகல் பார்க்கிலேயே தங்கிவிடலாமா?

இப்படி ரெண்டுங்கெட்டானாக நான் திண்டாடிக் கொண்டிருந்த சமயம் எனது நண்பன் ராமானுஜம் வந்தான். ராமானுஜத்தைப் பார்க்கப் பொறாமையாக இருந்தது. பிள்ளை குட்டி கிடையாது. எல்.கே.ஜி., யு.கே.ஜி. கவலை கிடையாது. இதையெல்லாம்விட முக்கியமாக, கேள்வி கேட்க ராமானுஜத்துக்கு மனைவி கிடையாது... கட்டை பிரம்மச்சாரி ராமானுஜத்திடம் எனது எல்.கே.ஜி. நரக வேதனையைக் குரல் தழுதழுக்கக் கூறிவிட்டு ஒரு கட்டத்தில் தாங்கமுடியாமல் அவன் புஜத்தில் முகம் புதைத்துத் தேம்பித் தேம்பி அழுதேன்.

நான் ராமானுஜம்... முகுந்தனுக்கு எந்த ஸ்கூல்லேயும் எல்.கே.ஜி. அட்மிஷன் கிடைக்கலைடா... இந்த வருஷமே இப்படின்னா அடுத்த வருஷம் இன்னும் அட்மிஷன் நிலைமை மோசமாத்தான் இருக்கும். சப்போஸ் மூணு வயசு முகுந்தனுக்கு

எல்.கே.ஜி. அட்மிஷன் கிடைக்காமயே அவனுக்கு முப்பது வயசு ஆயிட்டா...முப்பது வயசுல ஏரோப்ளேனை 'ஏயோபேன்'னா அசிங்கம் இல்லையாடா...?

ராமா : (என் தோளில் சமாதானமாகத் தட்டிக் கொடுத்து) எல்லா ஸ்கூல்லேயும் அட்மிஷன் கேட்டுக் பாத்திட்டியா?

நான் : ராமானுஜம்... வெந்த புண்ணுல ஃவேலைப் பாச்சாதே... கடந்த ரெண்டு மாசமா நாயா அலையறேன்... ஒரு எம்.எல்.ஏ வைக்கூடப் பார்த்தேன். அவர் சொல்றார்: 'வேணும்னா சொல்லுங்க. உங்க மூணு வயசுப் பையனை மெடிக்கல் காலேஜ்ல சேத்துவுட றேன். தயவுசெஞ்சு எல்.கே.ஜி. மட்டும் கேக்காதீங்க'ங்க்றார்.

ராமா : ஆமாம்., நீ இந்த SCHOOL ஹையர் செகண்டரி ஸ்கூல்ல ட்ரை பண்ணிப் பாத்தியோ?

நான் : என்னடா குழப்பறே? ஸ்கூல் பேரே ஸ்கூலா....?

ராமா : முண்டம்! SCHOOLங்கறது முறையே அந்த ஸ்கூலைக் கட்டின ஃபௌண்டர்ஸோட பேர்...

S. C. for Saint-Christopher. H.O. for Hafiz Omar-O.L. for ஓமந்தூர் லட்சமணன்... இந்த மூணு பேரும் பெஸ்ட் ஃப்ரெண்ட்ஸ்... மூணு பேருக்கும் ஏதாவது பிசினஸ் பண்ணிப் பணம் சம்பாதிக்கலாம்னு தோணிச்சு.. என்ன பிசினஸ் பண்ணலாம்னு யோசிச்சாங்க... மூணு பேரோட இனிஷியலையும் சேத்துப் பார்த்தப்போ

சென்டிமெண்ட்டலா ஸ்கூல் வந்தது. சரினு மெட்ராஸ்ல நாலு அஞ்சு எடத்துல ஸ்கூல் ஆரம்பிச்சு பிசினஸ் பண்ணி நல்ல பணம் பண்ணிக்கிட்டிருக்காங்க.

நான் : சீ...! நல்ல எண்ணத்தோடு ஸ்கூல் ஆரம்பிச்சா... பிசினஸ்னு அசிங்கமா பேசறியே...

ராமா : பாவி...! இன்னி தேதிக்கு நல்ல வரும்படி வர பிஸினஸ் ரெண்டு. ஒண்ணு, வயசுக்கு வந்த பையனுக்குக் கல்யாணம் பண்ணி வைக்கற பிஸினஸ்; ரெண்டாவது, வயசக்கு வராத சின்னப் பையன்களுக்கு எல்.கே.ஜி., யு.கே.ஜி. ஸ்கூல் ஆரம்பிக்கற பிசினஸ். கல்யாண பிசினஸ்லே வரும்படி வரதட்சணை.. ஸ்கூல் பிஸினஸ்லே வரும்படி குருதட்சனை... குருதட்சணைன்னா சாதாரண ஃபீஸ் இல்லை... பெத்தவன் பர்ஸை பீஸ் பீஸா கிழிக்கற ஃபீஸ்....

நான் : புரியலை...

ராமா : மொதல்ல நீ வைக்க வேண்டியது டொனேஷன்.. இது ஆயிரம் ரூபாய்லேந்து ஐயாயிரம் ரூபாய்வரை சக்திக்குத் தகுந்தா மாதிரி டொனேஷன் கொடுக்கணும்..

நான் : பையனைப் பெத்தவன் சக்திக்குத் தகுந்தா மாதிரியா....?

ராமா : ஸ்கூலோட சக்திக்கு...! இது மாதிரி இன்னும் நிறைய இருக்கு....!

நான் : ஸ்கூல் அட்மினிஸ்ட்ரேட்டர்ஸோட ஒப்பிட்டுப் பாத்தா அரசியல்வாதிகளே தேவலாம் போலிருக்கு... மகா அக்கிரமமாயிருக்கே! நான் ஸ்கூல் படிக்கறச்சே இப்படில்லாம் கேள்விப்பட்டதே கிடையாதுப்பா... சரி, என் ப்ராப்ளத்துக்கு வருவோம்... என் பையன் எல்.கே.ஜி. அட்மிஷனுக்கு உன்னால ஏதாவது பண்ண முடியுமா...?

ராமா : எனக்கு இந்த SCHOOL ஹையர் செகண்டரி ஸ்கூல்ல கொஞ்சம் இன்ஸ்ப்ளூயன்ஸ் உண்டு.

நான் : நல்ல ஸ்கூலா...?

ராமா : என்ன அப்படிக் கேட்டுட்டே? ரொம்ப பாப்புலர் ஸ்கூல்டா இது... இந்த ஸ்கூல்ல மட்டும் ஒரு புது சிஸ்டம் இருக்கு. 'ப்ளஸ்டூ' படிச்சு ஃபெயிலாற பசங்களுக்காக 'மைனஸ்டூ'னு ஒரு கோர்ஸ் வச்சிருக்காங்க.

நான் : ரெண்டுத்துலேயும் ஃபெயிலாயிடறான்னு வச்சுக்க... அவனுக்கு எதாவது வழி வச்சிருக்காங்களா...?

ராமா : இப்ப சத்தி ஒண்ணும் இல்லை... ஆனா, நீ சொன்னா

மாதிரி ப்ளஸ்டு, மைனஸ்டூ ரெண்டுத்துலேயும் ஃபெயிலானா பிரத்யேகமாக 'டிவைடட்பைடூ'னு ஒரு புது கோர்ஸ் ஆரம்பிக்கப் போறதா பேச்சு அடிபடறது. ஆனா, இன்னும் அமலுக்கு வரலை... (வாட்ச்சைப் பார்த்து...) சரி, டயமாச்சு... நாளைக்கு வீட்டுக்குப் பையனோட வா.. எப்படியாவது அவனை அந்த ஸ்கூல்ல சேக்க வேண்டியது எம் பொறுப்பு. போதுமா... (போனவன் திரும்பி வந்து...) எதுக்கும் கைல ஒரு ஏழாயிரமோ, எட்டாயிரமோ எடுத்துண்டு வா...

நான் : (அதிர்ந்து...) எட்டாயிரமா?

ராமா : தோ பார், மேல ஆனாக்கூட ஆச்சரியப்படறதுக்கில்லை.

நான் : ஆளை வுடுப்பா. எல்.கே.ஜி.க்கு எட்டாயிரமும் பத்தாயிரமும் தர நமக்குக் கட்டுப்படியாகாது.

ராமா : மடையா... ஏன் இப்படிக் கஞ்சாபகேஸ்வரனா இருக்கே... புள்ளையோட படிப்பு முக்கியம் இல்லையா... மகன் தந்தைக்காற்றும் கடமை கொள்ளி... அது மாதிரி தந்தை மகனுக்கு ஆற்ற வேண்டிய கடமை நல்ல பள்ளி...!

நான் : பத்தாயிரம்லாம் நமக்கு சரிப்படாதுப்பா.

ராமா : அப்ப ஒண்ணு பண்ணு... உம் பையனை ஏதாவது மடத்துல சேத்துடு.

நான் : கையைக் கொடுடா ராமானுஜம்... நல்ல ஐடியா... எப்படி எனக்குத் தோணாம போச்சு... யெஸ், நான் முடிவு பண்ணிட்டேன். எம் பையன் முகுந்தனை ஸ்கூலுக்கே அனுப்பப் போறதில்லே... பதிலுக்குக் குருகுலவாசம் அனுப்பப் போறேன். யார் கண்டா... நாளைக்கே அவன் பண்டிதனா மாறி, புஸ்தகங்கள் எழுதி.... அதுக்கு பிரசிடெண்ட் அவார்ட் கிடைச்சு முகுந்தாச் சாரியரா பிரபலம் ஆகலாமில்லையா...?

ராமா : அதெல்லாம் ஆயிரத்துல ஒண்ணு... அட.... சப்போஸ் உம் பையனுக்கு அங்கேயும் படிப்பு சரியா வரலை, அப்ப என்ன பண்ணுவான்....?

நான் : மடையா... ஒரு காவி வஸ்திரத்தைக் கட்டிண்டு கையில கமண்டலம் வெச்சுண்டு முகுந்தன்ங்கற பூர்வாஸ்ரமப் பேரை 'சுவாமி கஜகுஜ தகதக முகுந்தானந்தா'ன்னு மாத்திண்டு ஒரு ஆஸ்ரமம் கட்டி அதுல சாமியாரா உட்கார்ந்துண்டா ஆச்சு. முதல்ல ரெண்டு பேரை செட்அப் பண்ணி, முகுந்தனுக்கு சித்து வேலை தெரியும்னு நியூஸைப் பரப்பினா போச்சு! ரெண்டே வருஷத்துல கஜகுஜ தகதக முகுந்தானந்தாவைத் தேடி மக்கள் கூட்டம் தபதப திபுதிபு கபகபன்னு வரும்...

ராமா : கும்பல் வந்து என்ன பிரயோஜனம்?

நான் : கஷ்ட நஷ்டம் நீக்கும் நிவாரண மந்திரிச்ச கயிறுனு சொல்லி மாஞ்சா கயிறைக் கொடுத்து, ஒண்ணு இருபது ரூபானு விக்க வேண்டியதுதான்.

ராமா : டேய், வாணாம்டா... இதெல்லாம் ரிஸ்க்...!

நான் : இன்னி தேதிக்கு நல்ல வரும்படி வர பிஸினஸ் ரெண்டு. ஒண்ணு, வரதட்சணை வாங்கற பிஸினஸ்... ரெண்டாவது, ஸ்கூல் ஆரம்பிக்கறதுன்னு நீ சொன்னே... மூணாவது பிஸினஸ் நான் சொல்றேன்... போலிச் சாமியார்!

ராமா : (சிறிது யோசித்துவிட்டு) ஒரு சின்ன ரிக்வஸ்ட்...

நான் : என்ன ரிக்வஸ்ட்...?

ராமா : அப்படி ஒருவேளை தெய்வாதீனமா உன் பையன் வெற்றிகரமான போலிச் சாமியாராயிட்டா என்னை மறந்துடாதடா. நான் ஆஸ்ரமத்துல உம் பையனுக்கு போலி சிஷ்யனா இருந்துட்டுப் போறேன்...!

ஜனவரி சென்டிமெண்ட்....?

''நள்ளிரவு. பக்கத்தில உறங்கிக் கொண்டிருந்த மனைவியை நான் தட்டி எழுப்பி புத்தாண்டு வாழ்த்துக்களைச் சொல்ல அவளும் திருப்பிச் சொன்னாள். ''இந்த புத்தாண்டில் எனக்கு என்ன புடவை, என்ன நகை வாங்கித் தரப் போகிறீர்கள்?'' என்று பழைய பல்லவியைப் பாடினாள் புத்தாண்டு தொடக்கத்திலும்!

கமலைச் சந்திக்கப் போய்க் கொண்டிருக்கும்போது, போகும் வழியெல்லாம் கோயில்கள் உள்ளே நுழைய முடியாத அளவிற்கு நான் பிசி! ஸ்கூட்டரில் போய்க் கொண்டே மனதிற்குள், கிராஸ் செய்த ஒவ்வொரு தெய்வத்திற்கும் 'டாடா சொல்லிக் கொண்டேன். (ஆண்டவன் என்னை வாழ்த்தாமலா போய் விடுவார்)

கமல்ஹாசனோடு புதுப்பட கதை டிஸ்கஷனில் கலந்து கொண்டதால் முக்கியமான அனைவருக்கும் வாழ்த்துச் சொல்ல முடிந்தது. இந்த ஆண்டிலும் என் தொழிலை ஒழுங்காகவும், நேரத்தோடும் செய்து வழக்கம் போல் நல்ல பெயர் எடுக்க வேண்டும் என்று தீர்மானித்துக் கொண்டேன்.''

'அனிமல்ஸ் ஒன்லி!'

'ஆதிபராசக்தி' படம் பார்க்கப் போவதாக வீட்டில் அண்டப் புளுகு புளுகிவிட்டு 'அனிமல்ஸ் அண்ட் செக்ஸ் லைஃப்' விலங்குகளின் விரகதாப வாழ்க்கையை விவரிக்கும் சினிமாவை நைட் ஷோ பார்த்துவிட்டு நண்பர்களுடன் ராஜகுமாரி தியேட்டரை விட்டு வெளியே வந்தேன்.

தங்களது அந்தரங்க வாழ்க்கையை அம்பலமாக்கிய சினிமாவை ரசித்துவிட்டு வந்த எங்களைப் பார்த்து தியேட்டர் வாசலில் இருந்த ஓரிரு நாய்கள் நாணத்தால் முகம் சிவந்து நாலாபுறமும் ஓடின. அந்த வாரம் முழுவதும் ஆடு, மாடு, நாய் போன்ற நாலு கால் பிராணிகளைப் பார்க்கும் போதெல்லாம் அவற்றுக்கு சொக்காய், நிஜார் தைத்துக் கொடுக்கலாமா என்று எண்ணும் அளவிற்கு அந்த சினிமா எங்களைப் பாதித்து விட்டது.

பால் கறக்கும் ஆடு மாடுகள் பணம் கறக்கும் அளவுக்கு அவற்றை வைத்து சினிமா எடுத்து பாப்புலராக்கிய பெருமை 'தேவர் பிலிம்'ஸுக்கு உண்டு.

ஆனால், அம்மாதிரி படங்களில் மிருகங்கள் அவ்வப்போது வந்து கையாலாகாகத கதாநாயகன், கதாநாயகிகளுக்கு உதவ வில்லனை எதிர்த்து வீரசாகசங்கள் மட்டுமே செய்யும்...

ஆனால், இப்படத்திலோ விலங்குகள் ஒரு படி மேலே போய் சரசம் செய்து சல்லாபிக்கின்றன. 'அடல்ட்ஸ்ஒன்லி' (Adults only) என்பது போல 'அனிமல்ஸ் ஒன்லி' யான இந்தப் படம், சினிமா உலகில் ஒரு பெரிய திருப்பமாக அமைந்தாலும் ஆச்சரியப்படுவதற்கில்லை.

நாமும் இன்னும் எவ்வளவு நாட்களுக்குத்தான் கதாநாயகன், கதாநாயகி டூயட் பாடிக் கொண்டே பூங்காவில் கட்டிப் புரள்வதை அலுப்பில்லாமல் ரசிக்க முடியும்...?

இத்தனைக்கும் கதாநாயகியை வர்ணிக்கக் கதாநாயகன் பாடலில், ''மானே... மாதவிப் பொன் மயிலோ... நடையில் அன்னமே... சடையில் பாம்பே..'' என்று உவமைக்கு விலங்குகளைத்தான் நாடவேண்டியிருக்கிறது. பேசாமல் ஒரு மாறுதலுக்குக் கவரிமானும்

காட்டு எருமையும் கண்மூடித்தனமாகக் காதலிப்பதாக ஒரு காவியம் படைத்து அதை சினிமாவாக எடுப்பதில் என்ன கெட்டுப் போய்விடும்...?

காட்டு எருமையைக் கதாநாயகனாகப் போடுவதால் அதன் வம்சாவளியான மாடுகள், முதல் நாள் ஒட்டி சினிமா போஸ்டரைத் தின்னாமலாவது இருக்கும்...

நன்றாக யோசித்துப் பாருங்கள். வில்லன் குதிரை தனது பாச றையான பாழடைந்த பங்களா தொழுவத்தில் ஸ்டைலாகக் கொள்ளு சாப்பிட்டுக் கொண்டிருக்க.... அப்போது தொழுவத்தில் பின்பகுதி சுழன்று திரும்ப... அதிலிருந்து மீசை கிருதாவோடு அடியாள் குதிரை வந்து ''பாஸ்... நீங்க சொன்னபடி உங்களை எதிர்த்த அந்த ஜட்கா வண்டிக் குதிரையோட லாடத்தைத் தூங்கறபோது நைஸா கழட்டிட்டேன்... இந்நேரம் அந்தக் 'கழுதை' (கோபத்திலே குதிரையைக் கழுதை என்று....) மலை உச்சிலேருந்து சரியா ஓட முடியாம விழுந்து செத்திருக்கும்!'' என்று கூற, அதைக் கேட்டு மகிழ்ந்த வில்லன் குதிரை பி.எஸ்.வீரப்பா பாணியில் (சிரிப்பதற்கு வீரப்பாவை விட்டால் வேற யாருமே கிடையாதா?) தொடர்ச்சியாக இடி இடியெனக் கனைத்து விட்டு அடியாள் குதிரையைப் பார்த்து, ''காரியத்தைக் கச்சிதமா முடிச்சதுக்கு சன்மானமாக இந்தப் பத்து கட்டு புல்லையும் எடுத்துக்கோ..'' என்று கூறினால் படம் பார்க்கும் நமக்கு எவ்வளவு சுவையாக இருக்கும்!

இதே ரீதியில் ஏன் முழுக்க முழுக்க மிருகங்களையே வைத்து, காதல் காவியங்களோ, மசாலா படங்களோ அல்லது நகைச்சுவை சித்திரங்களோ எடுக்கக் கூடாது....?

இதே நினைவில் வீட்டுக்குச் சென்று படுத்தேன்... கனவில் காட்சிகள் தொடர ஆரம்பித்தன.

தேவிபாரடைஸில் நூறாவது நாளை எட்டிக் கொண்டிருக்கும் 'பன்றியார் பிக்சர்ஸாரின்' முதல் தயாரிப்பான 'நினைவெல்லாம் நத்தை' சினிமா பார்க்க நண்பர்களுடன் செல்கிறேன்.

தியேட்டரில் நுழைந்த எங்களுக்குத் தலை சுற்றியது. நாங்கள் சென்றது சினிமா தியேட்டரா அல்லது டிஸ்னிலாண்டா என்று வியக்குமளவுக்கு ஒரே மிருகத் தலைகளாகத் தென்பட்டன... எங்கு பார்த்தாலும் கொம்புகள், வால்கள், தும்பிக்கைகளாக இருந்தன. தனது குட்டி சிங்கத்தை ஸ்கூட்டரின் முன்னே நிறுத்திக் கொண்டு பெண்டாட்டி சிங்கத்தை 'பிலியனில்' வைத்துக் கொண்டு ஸ்கூட்டரை 'பார்க்' செய்ய ஒரு புருஷ சிங்கம் விரைந்தது.

ஆபீஸ் விட்டதும் உடனடியாக தியேட்டருக்கு வந்து

விடுவதாகக் கூறி விட்டு, தாமதமாக வந்து தன்னைக் காக்க வைத்த கணவன் புலியின் மீது பெண் புலி சீறியது. தாமதமாக வந்ததால் டிக்கெட் கிடைக்காமல் திரும்பும் புலி ஜோடியிடம், லுங்கி கட்டிக் காண்டு கட்டம் போட்ட பனியன் போட்டிருந்த கரடி ப்ளாக்கில் டிக்கெட் கொடுப்பதாக ஆசை காட்டியது. ஆண் புலி, ''பசித்தாலும் புல்லைத் தின்ன மாட்டேன்'' என்று கரடியிடம் கூறிவிட்டு மனைவியை அழைத்துக் கொண்டு பக்கத்து தியேட்டரில் நடந்து கொண்டிருந்த 'ஏக் துஜே புலியே' இந்திப் படத்திற்குச் சென்றது.

ஒட்டகச் சிவிங்கிகளுக்குத்தான் டிக்கெட் வாங்குவது சுலபமாக இருந்தது.

என்னதான் க்யூவின் கடைசியில் நின்றாலும் கழுத்தை நீட்டித் தலையை கவுண்ட்டருக்குள் நுழைத்து ஒட்டகச் சிவிங்கிகள் சாமர்த்தியமாக டிக்கெட் வாங்கின. மிருகங்கள் மாத்திரம் பார்ப்பதற்கு அனுமதிக்கப்பட்ட இந்தப் படத்திற்கு, என்னையும் எனது நண்பர்களையும் மட்டும் பிரத்யேகமாகப் பார்ப்பதற்கு தியேட்டர் மானேஜர் காண்டாமிருகம் அனுமதித்தார். (எப்படி என்று கேட்காதீர்கள்... இது என் கனவு.... என் இஷ்டப்படிதான் நடக்கும்...)

சாதாரணமாக சினிமா தியேட்டர்களில் காட்சி துவங்குவதற்கு முன்பாக வளவளவென்ற பேச்சு சத்தம் கேட்பது வழக்கம். நாங்கள் சென்றது மிருகக் காட்சி அல்லவா! உள்ளே நுழைந்த எங்கள் செவிகளில் பிளிறல், உறுமல், கர்ஜித்தல், குரைத்தல், ஊளையிடுதல், கரைதல், கூவுதல் போன்ற தத்தம் பாஷைகளில் பேசிக்கொண்ட மிருகங்களின் சத்தம் விழுந்தது சற்றே விநோதமாக இருந்தது.

முன் வரிசையில் அமர்ந்திருந்த யானையை, நகர்ந்து அடுத்த சீட்டில் உட்கார்ந்து கொள்ளுமாறு பின் வரிசையில் எங்களோடு அமர்ந்திருந்த பசு பவ்யமாகக் கேட்டது.

இண்டர்வெல்லின் போது தன்னோடு வந்திருந்த குட்டியானைக்குப் பால் தரும் பட்சத்தில் ஒதுங்கி அமர்வதாகப் பசுவிடம் பேரம் பேசி நகர்ந்த பொழுது... காலேஜ் கட் அடித்துவிட்டு வந்த குரங்குகள் சாப்பிட்டுப் போட்ட வாழைப்பழத் தோல் ஒன்றில் வழுக்கி யானைக்கும் அடி சறுக்கியது. அதனால் ஏற்பட்ட அமளியில் எல்லா விலங்குகளும் எழுந்து என்னவென்று பார்க்க, ஒரே குழப்பம். நல்லவேளையாக பால்கனியில் அமர்ந்திருந்த சிங்கம், ''எல்லோரும் சத்தம் போடாம உக்காருங்கப்பா... சினிமா ஆரம்பிச்சுடுச்சு..'' என்று கர்ஜிக்க, கலவரம் அடங்கியது.

திரையில் ஸ்லைடுகள் போடப்பட்டன. 'மணிபர்ஸ் திருடர்கள் ஜாக்கிரதை' என்ற ஸ்லைடு வந்தவுடன் கடைசி வரிசையில் அமர்ந்திருந்த கங்காருகள் தமது வயிற்று பர்ஸில் உள்ள குழந்தைகள் பத்திரமாக இருக்கின்றனவா என்று தொட்டுப் பார்த்துக் கொண்டன.

பகல், மாலை, இரவு காட்சிகளைத் தவிர ஆந்தைகளுக்காக ஸ்பெஷலாக 'ஒவ்வொரு வெள்ளிக்கிழமையும் நள்ளிரவுக் காட்சி உண்டு!' என்றும் ஸ்லைடு போடப்பட்டது. முன்னே இருக்கும் நாற்காலிகளின் மீது தும்பிக்கைகளைப் போட்டால் தண்டிக்கப்படுவார்கள் என்று யானைகள் எச்சரிக்கப்பட்டன.

அடுத்து வந்தது விளம்பரங்கள். புலி மார்க் சீயக்காய்தூள், குரங்கு மார்க் பீடிகள், மான் மார்க் சோப்புத் தூள் போன்ற விளம்பரங்கள் வந்தபோது அந்தந்த இனத்தைச் சேர்ந்த பிராணிகள் கைதட்டி ஆரவாரம் செய்தன.

தனது மேனி வழவழப்பாகவும் மிருதுவாகவும் இருப்பதற்கு, தான் எப்பொழுதும் தவளை மார்க் பவுடரையே உபயோகிப்பதாக, மலைப் பாம்பு ஒன்று ஒயிலாக நெளிந்தபடி திரையில் கூறியது.

குரல்வளம் கெடாமல் இருப்பதற்காக எப்பொழுதும் பாடுவதற்கு முன்பு உபயோகிக்கும் தொண்டைக்கட்டல் நிவாரணியைப் பற்றிப் பிரபல பின்னணிப் பாடகி கழுதை கூறியது...

செய்திச் சுருளில் அமைச்சர் வெடரினரி ஆஸ்பத்திரியைத் திறந்து வைக்கும் காட்சியைக் காட்டியவுடன் படம் பார்க்க வந்த மிருகத்தனமான ரசிகர்கள் சந்தோஷத்தில் கோஷம் இட்டன.

'நினைவெல்லாம் நத்தை' வழக்கமான சாதாரண காதல் கதைதான்.

கடலோரம் வாழும் கதாநாயகன் நண்டு, கிராமத்துக் கதாநாயகி நத்தையை ஆத்மார்த்தமாகக் காதலிக்கிறது. இவர்கள் காதலுக்குத் தடையாக, கிராமப பண்ணையார் வில்லன் ஆமை வருகிறது. ஆமை புகுந்த வீடு உருப்படாது என்று தெரிந்திருந்தும் கிராமத்து

மக்கள்... மன்னிக்கவும். கிராமத்து மிருகங்கள் ஆமையின் செல்வாக்கிற்கு அஞ்சி நண்டு-நத்தை காதலை எதிர்க்கின்றன. படத்தில் நத்தையும் ஆமையும் நடிப்பதால் பத்து ரீல்களில் முடிந்திருக்க வேண்டிய படம் அனாவசியமாகப் பதினைந்து ரீல்களுக்கு ஊர்ந்து செல்கிறது..

ஒரு காட்சியில் வில்லன் ஆமை கதாநாயகி நத்தையைக் கெடுப்பதற்கான எண்ணத்தோடு மெதுவாக ஊர்ந்து வருகிறது... நத்தையும் ஆமையிடமிருந்து தப்பிக்க மிக மெதுவாக ஊர்ந்து செல்கிறது... இந்தக் காட்சியை ஸ்லோமோஷனில் வேறு காட்டி, டைரக்டர் பொறுமையைச் சோதித்துள்ளார். கதாநாயகன் நண்டு வேகாக வந்து நத்தையைக் காப்பாற்ற நிறையவே அவகாசம் இருக்கிறது...

கதாநாயகி நத்தை சோகத்தில் அழும்போதெல்லாம் முன்வரிசையில் அமர்ந்திருந்த இரண்டு முதலைகள் கண்ணீர் வடித்தன.

இண்டர்வெல்லின்போது கோன் ஐஸ் க்ரீம் விற்றுக் கொண்டிருந்த யானை ஒவ்வொரு முறையும் ஐஸ் க்ரீம் கொடுத்து, காசைத் தும்பிக்கையில் வாங்கியவுடன் காசு கொடுத்த விலங்கின் தலையில் தொட்டு ஆசீர்வாதம் செய்தது. ஒருவேளை கோயில் யானையோ? Part time job ஆக கோன் ஐஸ் க்ரீம் விற்கிறது போலும்!

இண்டர்வெல்லுக்குப் பிறகு வரும் கனவுக் காட்சி அற்புதமாகப் படமாக்கப் பட்டுள்ளது. பிரும்மாண்டமாகப் போடப்பட்ட ‘நண்டு வளை செட்டில்’ நத்தை நண்டு பாடும் டூயட் காட்சி அற்புதம்!

கிளைமாக்ஸ் காட்சியில் நண்டும் நத்தையும் ஊரை விட்டு ஓடும்போது அவர்களுக்கு ஒரு மனிதன் உதவுவதாகக் காட்டியுள்ளார்கள். சும்மா சொல்லக்கூடாது. படத்தின் டைரக்டர் (கோ வேறு கழுதை...) மனிதனாக நடித்தவரை நன்றாகப் பழக்கி நடிக்க வைத்துள்ளார்!

நத்தைக்குத் துணையாக அந்த மனிதன், தரையில் நத்தை போலவே நகர்ந்து ஊர்ந்து செல்லும்போது படம் பார்க்கும்

மிருகங்கள் அந்த மனிதனின் நடிப்பைப் பாராட்டிக் கைதட்டின. இதே மனிதன் 'உயிருள்ளவரை ஒட்டகம்' படத்தில் வில்லனாக நடிக்கும் அல்சேஷன் நாயினால் செல்லமாக வளர்க்கப்படும் மனிதனாக நடித்தவர் என்று என் பக்கத்தில் அமர்ந்திருந்த பசு தனது கணவன் காளை மாட்டிடம் கிசுகிசுத்தது...

அந்தப் படத்தில் நடித்த இவர் ஒரு காட்சியில் தனது 'எஜமான'னைப் போலவே தட்டில் பாலை ஊற்றி நக்கிக் குடிக்கும் காட்சி பத்திரிகைகளால் மிகவும் பாராட்டப் பட்டதாம். 'நினைவெல்லாம் நத்தை' படம் சுபமாக மங்களத்தில் முடிந்தது.

தியேட்டரை விட்டுவெளியே வந்த எங்கள் கண்களில் பட்டது பத்திரிகைக் கடை வாயிலில் தொங்கிய சுடச் சுட சினிமா செய்தி.... 'பிரபல சினிமா நடிகை நாகப்பாம்பு தேவி விஷம் குடித்துத் தற்கொலை செய்து கொள்ள முயற்சி... குடும்ப வைத்தியர் கீரிப்பிள்ளை தேவி மாம்பலத்தில் புதிதாகக் கட்டிய பங்களா புற்றுக்கு விரைந்தார்....'

...விசித்திர சொப்பன அனுபவத்தை நினைத்துச் சிரித்துக் கொண்டே படுத்தபடி மோட்டுவளையைப் பார்த்தேன்... பல்லி ஒன்று 'சூ சூ' கொட்டியது... சாதாரண நாளாக இருந்திருந்தால் பல்லியின் கொட்டலுக்குப் பஞ்சாங்கம் பார்த்திருப்பேன்.

ஆனால் அன்று கதாநாயகி பல்லியைப் பார்த்து, ''அடி கள்ளி! வா என்னருகில்'' என்று கொஞ்சலாகக் கதாநாயகன் பல்லி கூப்பிடுகிறதோ என்று தான் தோன்றியது.

வசனம் பற்றி கிரேஸி மோகன்

சினிமாவுக்கு வசனம் எழுதறதுக்கும், நாடகத்துக்கு வசனம் எழுதறதுக்கும் பெரிய வித்தியாசம் தெரியலை. அபூர்வ சகோதரர்கள் படத்துக்கு வசனம் எழுதும்போது சில இடங்களில் வசனத்தைக் குறைக்க வேண்டியிருந்தது. ஏன்னா நாடகத்தில் காட்சிகளில் விளக்க முடியாததை வசனத்துல சொல்ல வேண்டிய கட்டாயம் ஏற்படுது. சினிமாவுல வசனம் எழுதறது நாடகத்தை விட சிம்பிள்னு நான் நினைக்கிறேன்.

பேட்டி: வீ. ஜெயப்பிரகாஷ்

மனைமாட்சியில் கில் கில் கில்மல்கள்!

சென்ற மாதம் எனது தம்பியின் திருமணத்திற்கு அழைப்பதற்காக இஷ்டமித்ர பந்துக்கள், நண்பர்களின் 'ஆண்ட்டனா' கொடியேற்றப்பட்ட வீடுகளுக்குச் சூறாவளி சுற்றுப் பயணம் செய்ய வேண்டி வந்தது. இதில் ஒரு ஆச்சரியம்: அழைக்க நுழைந்த எங்களை எல்லா வீடுகளும் சிங்கள மொழியில் வரவேற்றதுதான்! அதாவது, எல்லா வீடுகளிலும் நமது சுதேசி டி.வி. பெட்டிகளில் மாற்றான் தோட்டத்து மல்லிகையான 'ரூபவாகினி' மணம்வீசிக் கொண்டிருந்தாள்!

வான மண்டல அலைவரிசையில் சூட்சும சரீரத்தில் சஞ்சரிக்கும் இந்தக் கள்ளி 'ரூபாவாகினி'யைத் தனது தொலைக்காட்சிப் பெட்டியின் வாயிலாகத் தரிசிப்பதற்காக ஒவ்வொரு வீட்டிலும் நூற்றுக் கணக்கில் செலவழித்து ஒரு எலெக்ட்ரானிக் யாகமே நடத்திக் கொண்டிருந்தார்கள்.

குழாயில் தண்ணீர் வராவிட்டால் கூடப் பரவாயில்லை; டி.வியில் 'சிலோன்' தெரியாவிட்டால் அதைப் பெருத்த அவமானமாகக் கருதும் அளவிற்கு 'ரூபவாகினி' அவர்களை மயக்கியிருந்தாள்.

ரூபவாகினியை ஈர்ப்பதற்காகச் சிலர் ஆண்ட்டனா பூஸ்ட்டர் என்று கம்பி கம்பியாகச் சாதனங்களை நிரப்பியதால் அசப்பில் பார்ப்பதற்கு அவர்கள் வீட்டு மொட்டை மாடி ஒரு சிறிய அளவு பவர் ஸ்டேஷன் போலத் தோற்றமளித்தது. தலை தீபாவளிக்கு மாமனார் கொடுத்த டி.வி.யில் இலங்கை தெரியாததால் மாப்பிள்ளை மனஸ்தாபம் என்ற செய்தியை எங்கோ படித்ததாகக்கூட நினைவு.

சிலுக்கைவிட பாப்புலரான இந்த 'ரூபவாகினி' சில நண்பர்கள் வீட்டு டி.விகளில் தனது பூத உடலை (விடியோ) மறைத்து நாத ஸ்வரூபத்தை (ஆடியோ....) மட்டும் காட்டி அவர்களை அழ வைக்கிறாள்.

வேறு சில டி.விகளில் உருவத்தை மட்டும் காட்டி மௌனம் சாதிக்கிறாளாம். ரூபவாகினியின் ஒலி, ஒளி இரண்டும் தெரிவதற்காக எனது நண்பர் ஒருவர் தாம் தனிப்பட்ட முறையில் மொட்டை மாடியில் ஒரு டவர் கட்டப் போவதாகப் பேச்சுவாக்கில் கூறினார்.

நமது முதல தாரமான சென்னை தொலைக்காட்சியை டைவர்ஸ் செய்து விட்டு நாம் ஏன் அவசர அவசரமாக இரண்டாம் தாரமாக ரூபவாகினியின் கழுத்தில் பூஸ்ட்டர் கட்டி மூன்று முடிச்சு போட்டோம்...?

பதில் அறிய சிங்களத் தீவினுக்கோர் பாலமே அமைத்துள்ள நண்பர் வீட்டில் ஒரு வாரம் சிலோன் டி.வி. பார்த்தேன். நிகழ்ச்சிகள் துல்லியமாகத் தெரிந்தன. சும்மா சொல்லக்ககூடாது! ரூபவாகினி தாரத்தில் வேண்டுமானால் இரண்டாவதாக இருக்கலாம். தரத்தில் அவள் முதல்தான்.

ஒப்பிட்டுப் பார்ப்பதற்காக, இரண்டு வாரங்கள் (இரண்டாவது வாரம் பல்லைக் கடித்துக் கொண்டு) தொடர்ந்து சென்னை தொலைக்காட்சி நிகழ்ச்சிகள் பார்த்த அனுபவத்தில் மூன்றாவது வார நிகழ்ச்சிகள் என்னவாக இருக்கும் என்று கற்பனையில் ஊகித்துக் கூறுகிறேன். கேளுங்கள்.

பயந்த சுபாவம் உள்ளவர்கள், பலவீன இருதயம் கொண்டவர்கள், சிறுவர்கள், வயதானவர்கள், தயவுசெய்து மேலே படிக்க வேண்டாம் என தாழ்மையுடன கேட்டுக் கொள்கிறேன்.

கண்மணிப் பூங்கா : இந்த நிகழ்ச்சியை வாரா வாரம் நடத்துபவர் குழந்தை நேயர்களுக்குப் புரிய வேண்டுமே என்ற அதீத ஜாக்கிரதையில் 'காக்க நரி' கதையை மழலையில் கீழ்க்கண்டவாறு சொன்னார்கள்.

'காக்கா வாய்ல வதையை வெச்சுண்டிருந்ததாம். அப்ப நதி வந்து 'காக்க காக்கா, பாத்து பாதேன்'னு கேத்துதாம்; காக்க பாத... வதை விதுந்துதாம்... நதி வதையை கபக்குனு எதுத்துண்டு வாய்ல கவ்விந்து போயிதுத்தாம்....'

டி.வி. பார்க்க வந்திருந்த பக்கத்து வீட்டுச் சிறுவர்கள் என்னிடம் 'மாமா.... வாசல்ல விளையாடிண்டிருக்கோம். ஒலியும் ஒளியும் வந்தா கூப்பிடுங்கோ'ன்னு சொல்லிவிட்டு எப்போதோ ஓடியாகி விட்டது. நான் மட்டும்தான் அமர்ந்திருந்தேன். பாவம், நிகழச்சி நடத்தியவர் இந்த ரேட்டில் மழலையை உச்சரிக்க ஆரம்பித்தால் நிகழ்ச்சி முடிந்ததும் வீட்டிற்குத் தவழ்ந்துதான் செல்ல வேண்டி வரும்.

வயலும் வாழ்வும் : ஐ.ஆர்.எட்டு தலை விரித்து ஆடிப் பசுமைப் புரட்சி செய்யும் மகத்துவம் பற்றியும், யூரியா, பாஸ்பேட்

போன்ற உரங்களின் உன்னதம் பற்றியும் உழவர் சின்னனோடு நிகழ்ச்சி நடத்துபவர் பேட்டி...பேட்டி இயற்கையாக இருக்க வேண்டும் என்பதற்காக வயலுக்கு நடுவிலேயே எடுத்திருப்பதால் பேட்டியைவிட டிராக்டர் சத்தமும் பம்பு செட்டு சத்தமும்தான் பெரிதாகக் கேட்கின்றன.

கேள்வி : சின்னான், உங்க பேர் என்ன சொன்னீங்க...?

பதில் : எம் பேர் சின்னான்க.

கேள்வி : உங்களுக்கு எத்தனை பசங்க....?

பதில் : (சின்னான் முகத்தில் அச்சம், மடம், நாணம், பயிர்ப்பு பரவ... எட்டுங்க.)

கேள்வி : ஐ. ஆர். எட்டு போல பசங்களும் எட்டுனு சொல்லுங்க. (நிகழ்ச்சி நடத்துபவர் முகத்தில் சுபாவமாக ஹாஸ்யத்தைப் பேட்டியில் புகுத்தி விட்ட பெருமிதம் தெரிகிறது.)

கேள்வி : சின்னான்! நீங்க டி.வி.ல எந்த நிகழ்ச்சியை விரும்பிப் பாப்பீங்க?

பதில் : ஒலியும் ஒளியும்...

கேள்வி ; வயலும் வாழ்வும் பாக்க மாட்டீங்களா...? (நிகழ்ச்சி நடத்துபவர் குரலில் ஆதங்கம் தெரிகிறது.)

பதில் : அதான் பொழுது விடிஞ்சு பொழுது போனா வயல்ல கஷ்டப்படறோமே... அதையே மறுபடி டி.வி.ல பாக்கறதுல என்ன இருக்கு?

(வயலும் சின்னானும் மறைகின்றன. நிகழ்ச்சி நடத்துபவர் க்ளோஸ்அப்பில் வந்து...) 'நேயர்களே, ஐ.ஆர். எட்டு பற்றியும், யூரியா பாஸ்பேட், பற்றியும் பேட்டி அளித்த சின்னான் அடுத்தவாரம் கேழ்வரகு, கம்பு பயிரிடுதலைப் பற்றி உங்களுக்கு விளக்குவார்...'

மனை மாட்சி : குடும்பப் பெண்மணி குமுதா கோபாலன் தனது இரண்டு வருட சமையற்கட்டு ஆராய்ச்சியில் கண்டுபிடித்த 'குல் குல் சில் மல் கல்' இனிப்பைப் பற்றி நேயர்களுக்குக் கூற வருகிறார். வழக்கம் போல நிலையப் பெண்மணி நிர்மலா நடராஜன் பேட்டி காண்கிறார்.

நி ந. : (திடீரென்று) பேர் என்ன?

கு. கோ. : குமுதா கோபாலன்.

நி. ந. : (கண்களில் நீர் தளும்பச் சிரித்துவிட்டு...) உங்க பேரைக் கேக்கலை. நீங்க கண்டுபிடிச்ச இனிப்போட பேரைக் கேட்டேன்.

கு. கோ : (முகத்தில் பொய்யான கோபத்தோடு...) நீங்க ஆனாலும் ரொம்ப குறும்பு.. இந்த இனிப்போட பேர் 'குல் குல் சில் மல் கல்...'

நி. ந. : (நாக்கை அசம்பாவிதமாகச் சப்புக் கொட்டி...) பேரைக் கேக்கறச்சேயே நாக்குல ஜலம் தளும்பறது. ஆமாம், இதை எப்படித் தயாரிக்கிறது....?

கு. கோ : இதைத் தயாரிக்கறது ரொம்ப சுலபம்.

நி. ந. : இவ்வளவு சுலபமா இந்த இனிப்பை உங்களால் எப்படித் தயாரிக்க முடிஞ்சது...?

கு. கோ : நீங்க நெனைக்கற மாதிரி இது அவ்வளவு சுலபமான காரியமில்லை. ரொம்ப கஷ்டப்பட்டுப் பொறு-மையா செய்யணும்.

நி. ந. : அப்ப இந்த இனிப்பைச் செய்ய பொறுமை வேணும் கறீங்க...

கு. கோ : நீங்க நெனைக்கற அளவு பொறுமை தேவையில்லை. நெனைச்சா வேகமாகக்கூட இந்த இனிப்பைச் செய்யலாம்.

நி. ந. : அப்ப விருந்தாளிங்க வந்துட்டா அவசரத்துக்கு 'குல் குல் சில் மல் கல்' செஞ்சு தரலாம்னு சொல்லுங்க....

கு. கோ. : நோ நோ.... அந்த அளவு அவசரமெல்லாம்பட்டா இதைச் சரியா செய்ய முடியாது. ஓரளவு அவசரமா இதைச் செய்ய வேண்டிய நிர்ப்பந்தம் ஏற்பட்டா நாம அப்ப பொறுமையா, நிதானமா வேக வேகமா செஞ்சுடலாம்.

நி.ந. : நேயர்களே! இது வரை குமுதா கோபாலன் 'குல் குல் சில் மல் கல்' இனிப்பு செய்வது பற்றி விளக்கினார்கள். அடுத்த வாரம் இதே பகுதியில் பங்கஜம் பலராமன் அவர்களின் 'சுட சுட கர கரப்ரியா' என்ற கார வகையைப் பற்றிக் கூறுவார்கள்.

நாடகம் : விதியின் பாரபட்சமற்ற தன்மையை யதார்த்தமாக விளக்கும் 'பன்னீர் சோடா' நாடகம்...

காட்சி 1:

சிறுவன் முத்து : (தேம்பித் தேம்பி அழுது கொண்டே) ஆத்தா, தாகமா இருக்கு... முப்பது பைசா கொடு, பன்னீர் சோடா சாப்பிடணும்...

ஆத்தா : (விசித்து விசித்து அழுது கொண்டே) கொட்டற இந்த வறுமைல உனக்குப் பன்னீர் சோடா எப்படிடா நான் வாங்கிக் கொடுப்பேன்....? (திடீரென்று கோபாவேசமாகி...) நீ பொறந்த வேளை அப்பனை முழுங்கிட்ட... இப்ப பன்னீர்

சோடா முழுங்கணுமா மூதேவி.... (என்று கூறிக் கொண்டே மகன் முத்துவை மொத்துகிறாள். முத்து அழுது கொண்டே ஓடுகிறான்...)

காட்சி 2:

சுரேஷ் : (பணக்கார வீட்டுப் பையன்) மம்மி... சம்மருக்கு ரொம்ப தேர்ஸ்டியா இருக்கு... பக்கத்துக் கடைல போய் பன்னீர் சோடா சாப்பிட்டுட்டு வரேன்... சேஞ்ச் இருந்தா கொடு...

மம்மி: இந்தாடா சுரேஷ் நூறு ரூபாய்... போய் ஜில்லுனு பன்னீர் சோடா சாப்பிடு...

(சுரேஷ் விசிலடித்துக் கொண்டே பன்னீர் சோடா சாப்பிடப் போகும் சந்தோஷத்தைக் காட்டுகிறான்.)

காட்சி 3:

(ஆத்தாவின் அடி பொறுக்க முடியாமல் ஓடும் முத்துவின் மீது பன்னீர் சோடா சாப்பிட வந்த சுரேஷின் கார் ஏறுகிறது...)

முத்து : (வீதியில் அடிபட்டு மயங்கிய நிலையில் உளறுகிறான்) பன்னீர் சோடா, பன்னீர் சோடா...

முத்துவின் கடைசி ஆசையத் தீர்க்க பன்னீர் சோடா வாங்கி வந்து அதை உடைக்கிறான் சுரேஷ். வாயு அழுத்தத்தின் காரணமாக, பன்னீர் சோடா பாட்டில் தூள் தூளாக உடைந்து சுரேஷின் முகத்திலும் மார்பிலும் கண்ணாடித் துகள்கள் பதிந்து அவன் உயிருக்கே உலை வைக்கிறது... சுரேஷின் உயிர் பிரிந்த அதே சமயத்தில் முத்துவின் உயிரும் பிரிகிறது... இருவரும் வீதியில் கை கோத்தபடி இறந்து கிடக்கிறார்கள். பன்னீர் சோடா பாட்டில் அருகே உடைந்து கிடக்கிறது.....

பி.கு. : டி.வி. வந்த பிறகு மேடை நாடகங்கள் பாதிக்கப்பட்டு விட்டதாகச் சிலர் கூறுகிறார்கள். பார்க்கப் போனால் 'பன்னீர் சோடா' போன்ற நாடகங்களினால் டி.வி.யே பாதிக்கப்பட்டிருக்கிறது.

மலரும் நினைவுகள் : கிட்டத்தட்ட எண்பது வயதான 'குந்தளா தேவியை' கனகாரியமாக வீல்சேரில் அமர்த்தி நிலையத்திற்கு அழைத்து வந்து அவளுடைய நினைவுகளை மிகவும் சிரமப்பட்டு நிலைய பெண்மணி மலர வைத்தார்...

நிலைய பெண்மணி : குந்தளாதேவி அவர்களே! நீங்கள்

கடைசியாக நடித்த படத்தில் உங்களோடு நடித்த கதாநாயகர் யார்....?

குந்தளாதேவி: (ஹியரிங் எய்டைச் சாவகாசமாகக் காதில் பொருத்தி) என்ன கேட்டீர்கள்?

நி. பெ. : நீங்கள் கடைசியாக நடித்த படம் பற்றி எதாவது கூறுங்களேன்...

கு.தே. : நான் கடைசியா நடித்த படத்துல எம்.கே. தியாகராஜ பாகவதருக்கு அம்மாவா நடித்தேன்...

நி.பெ. : அதுலேருந்து ஒரு சீனை இப்ப நாம பார்ப்போமா...?

(எம். கே. தியாகராஜ பாகவதர் பாடுகிறார். குந்தளாதேவி ஒரு மூலையில் அமர்ந்து மெய்ம்மறந்து தோசை வார்த்துக் கொண்டிருக்கிறார்கள்.)

நி. பெ. : (கண்களைத் துடைத்து கொண்டே) நிஜமாவே இந்த சீன்ல நீங்க என்னை நெகிழ வச்சுட்டீங்க...

கு. தே. : (சிறிது நேரம் பயங்கரமாக இருமி விட்டு, பின் ஆசுவாசப்படுத்திக் கொண்டு) இப்ப பாத்தீங்களே தோசை வார்க்கற சீன்... அப்ப நான் நெஜமாவே தோசை வார்த்தேன். அந்தக் காலத்துல டூப்லாம் கிடையாது. ஒரு வாரம் தோசை வார்க்க ப்ராக்டிஸ் பண்ணி கிட்டுதான் செட்டுக்கே வந்தேன்... எம்.கே. தியாகராஜ பாகவதருக்கே புல்லரிச்சுப் போச்சு...

நி.பெ. : உங்களுக்கு இப்ப என்ன வயசாறது... நேயர்களுக்குச் சொல்ல முடியுமா....?

கு.தே. : திருநீலகண்டர்ல நடிக்கறச்சே எனக்குப் பதினெட்டு வயசு.. இப்ப என்ன ஆறதுன்னு நீங்களே கணக்கு போட்டுக்குங்களேன்.

நி.பெ. : திருநீலகண்டர் எந்த வருஷம் வெளிவந்தது...?

கு. தே. : இப்பதான் ஒரு அஞ்சாறு வருஷம் ஆயிருக்கும்.

நி. பெ. : (நிலைமையைச் சமாளிக்க நிலைய பெண்மணி பேச்சைத் திசை திருப்பினார்) நீங்க முதன் முதல்ல நடிச்ச படத்துலேந்து ஒரு வசன காட்சியைப் பார்க்கலாமா...?

கு. தே. : பார்க்க முடியாது... ஏன்னா, நான் நடிச்ச மொதல் படத்துல வசனமே கிடையாது... அது ஒரு மௌன படம்.

(இதற்கு மேலும் வேலைவெட்டி இல்லாதவர்கள்தான் தொடர்ந்து குந்தளாதேவியின் மலரும் நினைவைக் கேட்பார்கள் என்று அடித்துச் சொல்லலாம்....)

அவரோட ராத்திரிகள்

'அவரோட ராத்திரிகள்' இந்தத் தலைப்பைப் படித்து விட்டு ஐ.வி. சசியின் 'அவ ளோட ராத்திரிகள்' மலையாள அடல்ட்ஸ்- ஒன்லியின் சாயலை எதிர்பார்த்து விகல்பமான எண்ணத்தோடு வாசிக்க வருபவர்கள் ஏமாற்றமடைவீர்கள்.

தலைப்பில் உள்ள 'அவர்' மயிலாப்பூரில் உள்ள எங்களது காலனியில் முன்பு குடியிருந்த திருவாளர் ரங்கபாஷ்யம்தான். நம்முடைய ரங்கபாஷ்யம் ராத்திரி நேரங்களில் உறங்குவது இல்லை. காரணம், கள்வர் பயம். எவருடைய இல்லத்திற்கு அதிக தடவை திருடன் வந்துள்ளான் என்று ஒரு கணக்கு எடுத்துப் பார்த்தால் உலக சாதனைப் புத்தகமான 'கின்னஸில்' ரங்கபாஷ்யத்தின் பெயர் சேர்க்கப்பட்டாக வேண்டும். கேவலமான 'கறிவேப்பிலை திருடனில்' ஆரம்பித்து 'கன்னம் வைத்துத் திருடும் கொள்ளைக் காரர்கள்' வரை பல தரப்பட்ட திருடர்கள் இவர் வீட்டிற்கு விஜயம் செய்தாகி விட்டது.

எனக்குத் தெரிந்து ரங்கபாஷ்யம் வீட்டிற்கு இதுவரை வருகை தராதவர் பூலான்தேவி மட்டும்தான்!

பூலான்தேவி சரண் அடைந்த செய்தி கேட்ட சந்தோஷத்தில் மனிதர் காலனியில் உள்ள அனைவருக்கும் இனிப்பு வழங்கினார் என்றால் பார்த்துகொள்ளுங்களேன். ஒரு வேளை ரங்கபாஷ்யம் போன ஜன்மத்தில் இருளன், ஒற்றைக் கண் காட்டேரி போன்ற ஏதாவது ஒரு பெயரில் பயங்கரமான தீவட்டிக் கொள்ளைக்காரனாக இருந்த பல அப்பாவிகள் சொத்தைச் சூறையாடியதால் இந்த ஜன்மத்தில் அவரைத் தெய்வம் நின்று சொல்கிறதோ என்னவோ...?

எந்த நேரமும் எந்த இடத்திலும் திருடன் ஒளிந்திருப்பான் என்பது ரங்கபாஷ்யத்தின் அசைக்க முடியாத வாதம். அவரோடு ஒரு நாள் முழுவதும் இருந்து அவரது 'திருடனைத் தவிர்க்கும் உபாயங்க'ளைக் கவனிப்பவர்களுக்கு வேடிக்கையாக இருக்கும். பீரோவில் பணம் வைத்தால் திருட்டுப் போய் விடுமே என்ற பயத்தில் கைவசம் காலணாகாசுகூட அவர் வைத்துக் கொள்வதில்லை. பிச்சைக்காரனுக்குக் கூட 'செக்' வெட்ட வேண்டிய நிலை!

கறிகாய்க்காரியாக இருந்தாலும் சரி, குடை ரிப்பேர்க்காரனாக இருந்தாலும் சரி: எல்லோரிடமும் 'அக்கவுண்ட்' வைத்துக் கொண்டு மாதக் கடைசியில்தான் அவர் 'செக்' விநியோகிப்பார்.

தினமும் கனகாரியமாக 'பாங்க்'குக்குச் சென்று தனது

அக்கவுண்ட்டிலிருந்து அன்றைய செலவுகளான பஸ் சார்ஜ் 'லஞ்ச்' நேர டிபன், மனைவிக்கு மல்லிகைப்பூ, மகனுக்கு சிலேட்டு பல்பம் முதலியவற்றுக்குத் தேவையான பணத்தை பாங்க்கிலிருந்து எடுத்துக் கொண்டு ஆபீசுக்குச் செல்வது வழக்கம்.

அதுவும் எப்படி... அந்தப் பணத்தை எவனும் ஜேப்படி அடித்துவிட முடியாத படி 'பர்ஸை' மேனியில் அவருக்கு மட்டுமே தெரிந்த மர்ம இடங்களில் பதுக்கி வைத்து விடுவார். கஸ்டம்ஸ் அதிகாரிகள்கூடக் கண்டுபிடிப்பது கஷ்டம்.

திருட்டுப் போவதைத் தவிர்ப்பதற்காக ரங்கபாஷ்யம் கையாளும் முன்னெச்சரிக்கைகள் நமக்கு முன் ஜாக்கிரதை முத்தண்ணாவை நினைவுபடுத்தும்.

சாதாரணமாக நமது வீட்டில் உள்ள கதவுகள் உள்புறமாகத் திறந்து கொள்ளும். ரங்கபாஷ்யம் ஸ்பெஷலாகத் தச்சனிடம் சொல்லி, கதவுகளை வெளிப்புறம் திறக்குமாறு அமைத்துக் கொண்டிருக்கிறார்.

கதவைத் தட்டுபவன் கள்வனாக இருக்கும் பட்சத்தில் ரங்கபாஷ்யம் படாரென்று கதவை உள்ளிருந்து வெளிப்புறம் திறந்து திருடனைச் சுவரோடு சுவராகத் தேய்த்து விடுவார்.

ரங்கபாஷ்யத்தை மிகவும் அறிந்தவர்கள் அவர் வீட்டிற்கு வந்தால் கதவைத் தட்டிவிட்டு உடனே தொலைவாக ஓடி விடுவது

வழக்கம். இந்தக் 'கதவு ஆபத்'திற்குப் பயந்து விருந்தாளிகள் பலர் வருவதில்லையாதலால் ரங்கபாஷ்யத்திற்கு வீண் செலவுகளும் மிச்சம்.

சாதாரண பூட்டைப் போட்டால் குடைக்கம்பியால் திறந்து விடுவார்கள் என்ற பயத்தில் பார்த்தசாரதி பெருமாள் கோவில் ஆலய நிர்வாகிகளிடம் விசாரித்து பிரும்மாண்டமான சைஸில் பூட்டு தயாரித்து வைத்திருக்கிறார் ரங்கபாஷ்யம்.

அத்தனை பெரிய பூட்டைப் போட்டுப் பூட்டியும் நம்பிக்கை வராமல் ரங்கபாஷ்யம் ஒவ்வொரு முறை வெளியே செல்லும்போதும் பூட்டைப் பிடித்துத் தொங்கி அரை மணி நேரம் ஊஞ்சல் ஆடிவிட்டுச் சரி பார்ப்பார்.

இரவு நேரங்களில் வீட்டின் ஜன்னல்களுக்குக்கூட ரங்கபாஷ்யம் பூட்டு போடுவதாக ஒரு வதந்தி நம்பகமான வட்டாரங்களில் உலவுகிறது. இத்தனை பாதுகாப்புகளையும் மீறித் திருடன் வந்தால், அவன் திருடுவதற்கு ரங்கபாஷ்யத்தின் வீட்டின் உள்ளே ஒரு துரும்புகூடக் கிடையாது. தட்டுமுட்டுச் சாமான்களில் ஆரம்பித்து தங்கம்! வெள்ளி வரை அனைத்தையும் ரங்கபாஷ்யம் ஒரு பிரபல வங்கியின் பாதுகாப்புப் பெட்டகத்தில் போட்டு வைத்திருக்கிறார். ஒரு கல்யாணம் கார்த்திகை என்றால்கூடப் பட்டுப் புடவை கட்டிக் கொள்ள ரங்கபாஷ்யத்தின் மனைவி வங்கிக்குச் செல்ல வேண்டும்.

'சைக்கிள்' திருடர்களுக்குப் பயந்து வீடு திரும்பியவுடன் தன் சைக்கிளின் இரண்டு டயர்களிலும் உள்ள காற்றைப் பிடுங்கி விட்டுவிடுவார். அப்படியும் விடாக் கொண்டனாகத் திருட வரும் போது சைக்கிள் 'பம்ப்'போடு டயருக்குக் காற்றடித்துத் திருடும் திருடர்கள் சீட்டில் ஏறி அமர்ந்தவுடன் அலறிப் புடைத்துக் கொண்டு கீழே குதித்து சைக்கிளைப் போட்டுவிட்டு ஓடி விடுவார்கள்.

ரங்கபாஷ்யம் சமயோசிதமாக சைக்கிள் சீட்டின் அடியில் கண்ணாடித் துண்டுகளைப் பரப்பி வைத்திருப்பதுதான் காரணம்!

இருட்டாகவும், அதே சமயத்தில் குறுகலாகவும் இருக்கும் தெருக்கள், புதர் மண்டிக் கிடக்கும் மைதானங்கள் போன்ற இடங்களைக் கூடிய மட்டும் ஒதுக்கி விடுவார். அப்படி ஒருவேளை அம்மாதிரி இடங்களுக்குச் செல்ல வேண்டிய சந்தர்ப்பங்களில் தனியாகச் செல்லாமல் நண்பரோடு செல்வார். அம்மாதிரி சமயங்களில், பதுங்கியிருக்கும் திருடர்களைப் பயமுறுத்துவதற்காக அனாவசியமாக நண்பரிடம் 'டெபுடி கமிஷனர், சப்இன்ஸ்பெக்டர், கான்ஸ்டேபிள்' போன்ற வார்த்தைகள் நொடிக்கு ஒரு தரம் உரக்கச் சொல்லிக் கொண்டே வருவார். பார்ப்பவர்களுக்கு ரங்கபாஷ்யத்தின் நண்பர் 'டமாரச் செவிடோ' என்று நினைக்கும்

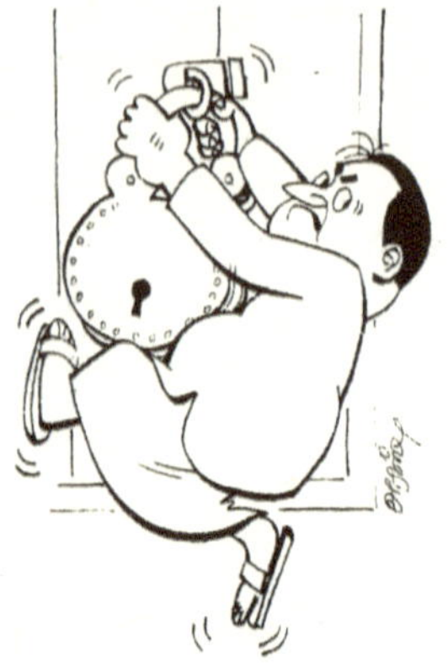

அளவிற்கு உரத்துப் பேசுவார். பஸ், டாக்ஸி, ஆட்டோ ஸ்டிரைக் காலங்களில் இரவில் அலுவலகத்திலிருந்து தனியே நடந்து செல்லவேண்டிய நிர்ப்பந்தம் ஏற்பட்டால் ஜன சந்தடியற்ற வீதிகளை விலக்கி, நடக்கும் சிரமத்தைப் பார்க்காமல் பரபரப்பான பிரதான வீதிகளின் வழியாக வருவதுதான் ரங்க பாஷ்யத்துக்கு வழக்கம்.

நாமெல்லாம் அலுத்துக் கொள்கிற அண்ணா சாலை ஊர்வலங்கள் ரங்கபாஷ்யத்திற்கு அல்வா துண்டு போல இனிக்கும். ஊர்வலத்தோடு ஊர்வலமாகக் கலந்து நிம்மதியாக வீடு வரலாம் அல்லவா?

சென்ற நவராத்திரியின்போது பொம்மைகளைப் பரணிலிருந்து எடுக்கும்போது (பொம்மைகளைப் பாதுகாப்புப் பெட்டகத்தில் வைத்துக் கொள்ள பாங்க் மறுத்ததால்...) ஒருவேளை பரணில் பதுங்கியுள்ள திருடன் பாய்ந்து விடுவானோ என்ற அச்சத்தில் ரங்கபாஷ்யம் போலீஸ் பந்தோபஸ்தைக் கூட நாடியதாகக் கேள்வி.

ஏன் என்றே தெரியவில்லை, ரங்கபாஷ்யம் குடி வருவதற்கு முன்பு எங்கள் காலனியில் அவ்வளவாகத் திருட்டுப் பயம் கிடையாது. இன்னும் சொல்லப் போனால் ரங்கபாஷ்யம் மயிலாப்பூருக்குக் குடி வந்த காரணமே, தாம் முன்பு இருந்த பாலவாக்கத்தில் திருட்டுப் பயம் அதிகமாக இருந்தது என்பதால்தான்.

பாலவாக்கத்தில் இவர் இருந்தபோது ஒரு நாள் அலுவலகத்தி லிருந்து திரும்பியவர் வாசல் கதவு விரிய திறந்து கிடப்பது கண்டு உள்ளே ஓடியிருக்கிறார்.

நடு ஹாலில் மனைவியும், இரு மகள்களும் வாயில் கர்சீப்போடு கை கால்களில் கயிறு கட்டப்பட்டு ஒரு மூலையில் தஞ்சாவூர் பாம்மை போல புவியீர்ப்புத்தானத்தை எதிர்த்து பக்கவாட்டில் தொடர்ந்து ஆடிக் கொண்டிருப்பதைப் பார்த்து வாயைப் பிளந்தவர், மூத்த மகளின் கண் ஜாடை காட்டிய தனது படுக்கை அறையில் சப்தம் போடாமல் நுழைந்திருக்கிறார்.

அங்கு ஒரு திருடன் சுத்தமாக சம்மணமிட்டு அமர்ந்து பீரோவிலிருந்து எடுத்துப் போட்ட பணம், நகைகள், பாத்திரங்களைச் சாவதானமாகப் பிரித்து, தனித் தனியே கூறு போட்டு ஏதோ மறந்து விட்டு வைத்ததை எடுத்துச் செல்ல வந்தவன் போல சுவாரஸ்யமாகத் திருடிக் கொண்டிருந்தான். ரங்கபாஷ்யமும் விடாமல் அவன் எதிரில்

சென்று அமர்ந்து, ''ஏம்பா திருடா, உனக்கே இது நல்லா இருக்கா? இப்படி பட்டப் பகல்ல அநியாயம் பண்ணறியே?'' என்று வினவ... அவனும் முகத்தில எந்தவித அதிர்ச்சியையும் காட்டிக் கொள்ளாமல், ''ஸாரி சார்...நீங்க வந்ததை நான் கவனிக்கலை...மன்னிச்சுடுங்க'' என்று கூறிவிட்டு, எதையும் தொடாமல் நைஸாக நழுவி விட்டான். இதற்கு மேலும் பாலவாக்கத்தில் குடியிருந்தால் தான் எப்பொழுது ஆபீசிலிருந்து திரும்பினாலும் மனைவியையும் மகள்களையும் எவனாவது மூட்டை கட்டி வைத்துவிட்டு ஒய்யாரமாகக் களவாடிக் கொண்டிருப்பார்கள் என்ற பீதியில் பரபரப்பான மயிலாப்பூருக்கு வந்தார்.

இவர் வந்த நாளிலிருந்து இங்கும் திருட்டு ஜாஸ்தியாகி விட்டது. வந்த முதல்நாளே எங்களின் இரவு தூக்கத்தை இவரது, ''திருடன், திருடன்'' என்கிற தீனக்குரல்தான் கலைத்தது.

எழுந்து வந்து பார்த்தால், இவர் தலையில் முண்டாக கட்டிக் கொண்டு கையில் இவரைவிட உயரமாக ஒரு கம்பை வைத்துக் கொண்டு (திருடனை அடிப்பதற்கா, இல்லை அவனுக்குப் பயந்து போல்வால்ட் ஜம்ப் செய்து தப்பிப்பதற்கா, தெரியவில்லை...) ''திருடன் திருடன்'' என்று கத்திக் கொண்டிருந்தார். மறு நாள் காலை விசாரித்ததில் இருவர் வீடுகளில் சொக்காய் நிஜார்கள், கொல்லைப்புறம் போட்டிருந்த வெந்நீர் தவலை, மரத்தில் காய்த்த இரண்டு பலாப்பழங்கள் திருட்டுப் போனது தெரிந்தது.

இப்படிச் சாதாரணமாக ஆரம்பித்த திருட்டுப் பயம், படிப்படியாக விசுவரூபமெடுத்து எங்கள் காலனியில் உள்ளவர்களைக் கதிகலங்க வைத்தது. ரங்கபாஷ்யத்தைப் போல அத்தனை சாமான்களையும் வங்கியின் பாதுகாப்புப் பெட்டகத்தில் போட்டுவிட்டு நம்மால் வேட்டியும் சொக்காயும் எளிமையாகத் திரிய முடியவில்லையே என்ற ஏக்கம் எங்களை வாட்டியது.

திடீரென்று ஒரு நாள் திருவாளர் ரங்கபாஷ்யம் தான் புது வீடு சொந்தமாகக் கட்டிக் கொண்டு கே.கே. நகருக்குச் செல்வதாகக் கூறினார். கற்பூரத்தை அணைத்துச் சத்தியம் செய்கிறேன். அவர் சென்ற நாளிலிருந்து இன்று வரை எங்கள் காலனியில் எதுவும் திருட்டுப் போகவில்லை.

பி.கு. : ரங்கபாஷ்யம் கே. கே. நகரில் கிரகப்பிரவேசம் நடத்திய அன்று வெளியான பத்திரிகைகளில் கீழ்க்கண்ட செய்தி பிரசுரமாகியிருந்தது;

'கே. கே. நகரில் வழிப்பறி. கே. கே. நகருக்கருகே சைக்கிளில் வந்த திருடர்கள்.....'

மகாபாரதம் படித்தவர்களுக்குத் தெரிந்திருக்கும். அதில் ஒரு கட்டத்தில் கிருஷ்ணரைக் கட்டிப் போடுவதற்காகக் கயிற்றோடு வந்த சகாதேவனின் தலை சுற்றும்படி பார்த்த இடத்திலெல்லாம் பரந்தாமன் தெரிந்தானாம். அது போல, கொஞ்ச காலமாகவே சென்னையில் எந்த மூலைமுடுக்குக்குச் சென்றாலும் எனக்கு சிலுக்கு ஸ்மிதாதான் தென்பட்டார்.

‘பார்த்த இடத்திலெல்லாம்
நந்தலாலா சிலுக்கு
போஸ்டர் தெரியுதடா நந்தலாலா’
‘எங்கெங்கு நோக்கிலும்
சிலுக்கடா அவள்
எழில் சென்னை மூலைமுடுக்கடா’

இப்படிப் புதுக் கவிதை எழுத வைக்கும் அளவிற்கு ‘சிலுக்கு மாயை’ என்னை Inspire செய்து சிந்திக்க வைத்தது.

சரித்திரப் படமா, சமூக சினிமாவா, சோக காவியமா, நகைச் சுவை சித்திரமா இப்படி ‘எதை எடுத்தாலும் எட்டணா’ என்பது போல, எந்த சினிமா போஸ்ட்டரை வேண்டுமானால் பாருங்கள்... சிலுக்குதான்!

என்னைக் கேட்டால் சினிமா போஸ்ட்டர் தீட்டுபவர்கள் முன்கூட்டியே சிலுக்கு ஸ்மிதா விதவிதமான உடைகளில் (?) விதவிதமான அபிநயங்கள் பிடித்து நடனமாடுவது போல போஸ்ட்டர்களை உருவாக்கி வைத்துக் கொண்டு விடலாம்.

ஒருவேளை ஏதாவது ஒரு தயாரிப்பாளர் தனது அடுத்த படத்திற்கு அவசரமாக போஸ்ட்டர் கேட்டால்கூட ‘டக்’கென்று சிலுக்குஸ்மிதாவை முன்னேற்பாடாக வரைந்து வைத்திருந்த போஸ்ட்டரில், படத்தின் பெயரை மட்டும் எழுதி சப்ளை செய்து விடலாம் அல்லவா....?

‘என்னடா இது... போஸ்ட்டரில் முக்கிய வேடம் தாங்கும் கதாநாயகன், கதாநாயகி உருவங்கள் இல்லையே?’ என்று சத்திய மாக அந்தத் தயாரிப்பாளரும் ஆட்சேபிக்க மாட்டார்.

ஒரு படத்தை எடுக்கத் துவங்கவதற்கு முன்பு அப்படத்திற்கு சிலுக்கை ஒப்பந்தம் செய்வதையே பிள்ளையார் சுழி போடுவதற்குச்

‘சிலுக்காணந்தம்மன்’

சமமாகப் பல தயாரிப்பாளர்கள் கருதுவாக நம்பத் தகுந்த வட்டாரங்களில் கிசுகிசுக்கப்படுகின்றன. படத்தின் கதையே தீர்மானமாகாத நிலையில், சம்பிரதாயத்திற்காக பூஜை முடிந்த கையோடு இசையமைப்பாளரிடம் ஒரு பாடலை ரிக்கார்ட் செய்து கொள்வது சென்ற வருடம் வரையில் சினிமா உலக வழக்கமாயிருந்தது. இப்பொழுது பாடலோடு (எப்படியாவது ஒரு காட்சியில் புகுத்தி விடலாம்...) சிலுக்கின் ஆடலையும் (எப்படியும் ஒரு காட்சியில் புகுத்தி விடவேண்டும்...) சேர்த்து கொள்ள ஆரம்பித்து விட்டார்கள்.

பூ, பழம், தேங்காய், சிலுக்கின் கால்ஷீட் இந்த நான்கும் கிடைத்து விட்டால் தைரியமாகப் பூஜை போட்டு விடலாம். அது சாமி படமாக இருந்தால்கூட சிலுக்கு வந்து சாஸ்திரத்திற்கு நடனமாட வேண்டிய நிர்ப்பந்தம் தற்சமயம் நிலவுகிறது.

முன்பெல்லாம் தனது எந்த நாடகத்திலும், காட்சிக்குச் சம்பந்தம் இருக்கிறதோ இல்லையோ, ரசிகர்களின் விருப்பத்தைப் பூர்த்தி செய்வதற்காக கிட்டப்பா ‘கோடையிலே இளைப்பாறி...’ பாடலைப் பாடுவாராம். அது போல, கதைக்குத் தேவை இருக்கிற தோ இல்லையோ, சிலுக்கு படத்தில் இருக்க வேண்டும் என்பது சினிமா வினியோகஸ்தர்களின் விருப்பமாகப் போய்விட்டது.

அட்டன்பரோ ‘காந்தி’யில் அம்பேத்காரை மறந்து விட்டார்கள்....

ராஜாஜியை ஒதுக்கி விட்டார்கள்.... கொடி காத்த திருப்பூர் குமரனை விட்டு விட்டார்கள் என்று பலர் பலவிதமாக அங்கலாய்த்தனர். அட்டன்பரோ சிலுக்கை மறந்ததுதான் எனக்கு ஆச்சரியமாக இருக்கிறது.

சத்தியமாகச் சொல்கிறேன்.... சிலுக்கு மட்டும் காந்தியில் இருந்திருந்தால் இந்தியாவுக்கு சுதந்திரம் இடைவேளையின் போதே கிடைத்திருக்கும்.

அட, சினிமாதான் சிலுக்கு மாயையில் தவிக்கிறது என்றால் பத்திரிகைகள் அதற்கு ஒரு படி மேலேயே போய் விட்டன.

ஒரு பத்திரிகையில் சிலுக்கு, மடிசார் புடவையில் (ஒருவேளை இதைத்தான் குலாம்காதர் கோகுலாஷ்டமி என்கிறார்களோ....) மங்களகரமாகச் சிரிக்கிறார். சென்ற வாரப் பத்திரிகையின் அதே இதழை மறந்து போய் இந்த வாரமும் போட்டு விட்டார்களோ என்று ஐயப்படும் அளவிற்கு எல்லா இதழின் அட்டைகளிலும் சிலுக்கு வியாபித்திருந்தார். ரொம்ப நாட்களாக சினிமாவே பார்க்காமலிருந்த எனது ஒன்றுவிட்ட வயதான அத்தை டி.வி.யில் சினிமா பார்க்க நேர்ந்தபோது அவளால் அடையாளம் கண்டுகொள்ள முடிந்த ஒரே ஆர்டிஸ்ட் சிலுக்கு ஸ்மிதாதான். நேற்று வெற்றிலை சீவல் போட்ட பொட்டலத்தைப் பிரித்தால் அந்தக் காகிதத்திலும் சிலுக்கு ஸ்மிதாதான் மோனாலிசா புன்னகையில் காட்சி அளிக்கிறார்.

இவ்வளவு ஏன்? ஆறறிவு இல்லாத இந்த ஆடு மாடுகள்கூட சிலுக்கு ஸ்மிதாவிடம் என்ன ஒரு மரியாதை வைத்திருக்கிறது தெரியுமா? மதில் சுவர்களில் ஒட்டப்பட்ட தாங்கள் விரும்பி உண்ணும் போஸ்டர்களைச் சாப்பிடுபோது கூட அவை பயபக்தியோடு அந்த போஸ்ட்டரில் சிலுக்கு இருந்தால் தவிர்த்துவிட்டு அதே போஸ்ட்டரில் உள்ள கதாநாயகனை மட்டும் கபளீகரம் செய்வதை என் கண்களால் பலமுறை பார்த்திருக்கிறேன்.

மொத்தத்தில் இந்த ஆண்டை 'சிலுக்கு ஆண்டாக' நாம் அவசியம் கொண்டாடி சிலுக்கு ஸ்மிதாவின் படம் போட்ட தபால்தலைகளைத் தயங்காமல் வெளியிடலாம். என்ன... தபால்காரர் சற்று நேரம் ஆசையாக, கடிதத்தில் ஒட்டப்பட்ட ஸ்டாம்பைப் பார்த்து விட்டு சற்றுத் தாமதமாகக் கடிதத்தை டெலிவரி செய்வார்... அவ்வளவுதானே!

போகிறபோக்கில் சிலுக்குக்கு மெரீனா பீச்சில் சிலை வைத்தால்கூட ஆச்சரியப்படுவதற்கில்லை. ஒரு வேளை இப்படியாக எதிலும் சிலுக்கு, எங்கும் சிலுக்கு என்று ஆகிவிடுகிறது என்று வைத்துக் கொள்வோம். என்ன ஆகும்? 'ஸாரி... கொஞ்சம் ஓவர்' என்று நீங்கள் கருதலாம். அட, நான் இனி கூறப்போவது

நடந்து விட்டால் தீர்க்கதரிசி என்ற பட்டம் கிடைக்குமே என்கிற சபலம்தான்.

சிலுக்கு ஸ்மிதா இல்லாமல் படங்கள் தயாரிக்கக்கூடாது என்ற தடை விதித்தாகி விட்டது. இரட்டை வேடங்களில் சிலுக்கு நடிக்கும் படங்களுக்கு வரி விலக்கு கொடுத்தாகி விட்டது. பீடியிலிருந்து பிஸ்கெட் வரை சிலுக்கு மார்க் குத்தியாகி விட்டது. சிலுக்கு ஆஸ்பத்திரிகள், சிலுக்கு கல்லூரிகள், சிலுக்கு சாலைகள், சிலுக்கு ஸ்டேடியங்கள் என்று எல்லா இடங்களிலும் சிலுக்கு ஸ்மிதாவைப் புகுத்தியாகி விட்டது. இனி சிலுக்கை பிரகடனப்படுத்த வேறு வழியே இல்லை என்கிற நிலை வருகிறபோது யாராவது ஒரு ரசிகர், சிலுக்கை 'சிலுக்காணத்தம்மன்' என்ற பெயரில் தெய்வமாக்க நினைக்கலாம்.

சினிமாவில் நடிக்க 'சான்ஸ்' கேட்டு அலைபவர்கள் சிலுக்காணத் தம்மனுக்கு வேண்டிக்கொண்டு மொட்டையடித்து கொண்டால் 'ஹீரோ' வேடம் கிடைக்காவிட்டால் கூட மொட்டையோடு பயங்கரமாக இருப்பதால் வில்லன் வேடமாவது கிடைக்கலாம்.

'சிலுக்காணத்தம்மன்' கோயிலுக்கு புலியூர் சரோஜாவைக் குருக்களாகப் போட்டு, அம்மனுக்குத் தினமும் காலையில் திருப்பள்ளியெழுச்சி பாடுவதற்குப் பதிலாக 'எக்ஸ்ட்ராக்களை' அழைத்து வந்து ஆடவைத்து இந்த சினிமா அம்மனைக் குஷிப்படுத்தலாம்.

சிலுக்காணத்தம்மனுக்கு அர்ச்சனை செய்யும்போது நாமாவளியாக சகலகலா வல்லவன், மூன்றாம் பிறை, சில்க் சில்க் சில்க் போன்ற படங்களின் பெயரை உச்சரித்து, முடிவில் நமஹ சேர்த்து கொண்டால் போதும்! ரசிகர்களுக்குப் புரிவதற்காக அர்ச்சனையைத் தமிழிலும், அம்மனுக்குப் புரிவதற்காகத் தெலுங்கிலும் அர்ச்சனையைச் செய்யவேண்டியிருக்கும். 'நேத்து ராத்திரி அம்மா... தூக்கம் போச்சுடி அம்மா...' பாடலை மனம் கசிந்து உருகிப் பாடும் பக்தையின் பக்தியை மெச்சி சிலுக்கணத்தம்மன், தயாரிப்பாளர் கனவில் சென்று, பக்தைக்கு அடுத்த படத்தில் சான்ஸ் தருமாறு கட்டளையிட்டு அருள் புரிவார்.

சிலுக்காணத்தம்மனுக்கு அங்கப்பிரதட்சிணம் செய்வதாக வேண்டிக் கொண்ட பக்தர்கள் நோய் வாய்ப்பட்டிருந்தால் தமக்குப் பதிலாக வேறு யாரையாவது டூப்பாகப் போட்டு, அங்கப்பிரதட்சிணம் செய்ய அம்மனின் அனுமதி உண்டு.

சிலுக்காணத்தம்மனுக்கு அலங்காரம் செய்து பார்க்க விரும்பும் பக்தர்கள் முன்கூட்டியே என்ன மாதிரி அலங்காரம் என்பதை அம்மனின் பிரத்யேக மேக்கப் மேனிடம் கூறி விடுவது

குழப்பத்தைத் தவிர்க்கும். உச்சிக் கால பூஜை முடிந்து கோவிலை மூடிவிட்டாலும், பணக்கார பக்தர்களுக்காக அம்மன் திங்கள், வெள்ளி போன்ற நாட்களில் 'நூன் ஷோ' காட்சி தந்து அருள் பாலிப்பார்.

ஆண்டுக்கு ஒரு முறை சிலுக்காணத்தம்மன் கோவிலில் திருவிழா நடைபெறும். இந்த இடத்தில் நீங்கள் முக்கியமாகத் தெரிந்து கொள்ள வேண்டியது என்னவென்றால், கர்ப்பக்கிருகத்தில் உள்ள மூலவர் ஸ்மிதாதேவி என்றும், உற்சவர் சிலுக்காணத்தம்மன் என்றும் செல்லமாக அழைக்கப்படுகிறது.

சிலுக்காணத்தம்மனை அலங்கார வண்டியில் அமர்த்திக் கோடம் பாக்கம், வடபழனியில் உள்ள அத்தனை ஸ்டூடியோக்களுக்கும் அழைத்துச் செல்லலாம். ஸ்டூடியோ சம்பந்தப்பட்ட அதிகாரிகள் அம்மனுக்குக் கற்பூரம் காட்டி ஆரத்தி எடுத்து, அம்மனின் பரிபூரண அருளைப் பெறலாம்...

ஹெலன், பிந்து, ஜோதிலட்சுமி, ஜெயமாலினி, மாயா போன்ற நடன நடிகைகள் அறுபத்திமூன்று பேரை வரவழைத்து நாயன்மாாகளாக சிலுக்காணத்தம்மனுக்குப் பின்னே பல்லக்குகளில் அழைத்து வந்து திருவிழாவைக் களைகட்டச் செய்யலாம்.

சிலுக்காணத்தம்மனுக்குத் தமது ஊர்களில் கோவில் கட்ட விரும்பும் பக்தர்களுக்காக, பிரபல ஸ்டூடியோக்கள் பிரும் மாண்டமான கோவில் செட்டுகளை மலிவான விலையில் சப்ளை செய்து தருவார்கள். என்.டி. ராமராவ் அரசியலில் குதித்து தெலுகு தேச முதலமைச்சராக ஆவார் என்று நீங்கள் நினைத்தீர்களாக்கும். ஏன் சிலுக்கு தெய்வமாகக் கூடாதாம்?

தற்போது நடப்பது கலப்படமில்லாத சுத்தமான கலிகாலம் சார்! என்ன வேண்டுமானாலும் நடக்கலாம். எதற்கும் முன்னெச்சரிக் கையாக இன்றிலிருந்து சிலுக்கு ஸ்மிதா நடித்த திரைப்படங்களை மூன்று காட்சிகளும் விடாமல் தொடர்ந்து பார்த்து அவரைப் பரிசச்சயம் செய்து கொள்ளுங்கள். இல்லாவிட்டால் ஒருவேளை நாளை சிலுக்கு தெய்வமானால் துதிப்பதற்குத் தோத்திரங்கள் தெரியாமல் திண்டாடிப் போய் விடுவீர்கள்... ஜாக்கிரதை!

பி.கு: சிலுக்குப் பிரபந்த நாமாவளி, ஸ்மிதா அந்தாதி, சில்க் சில்க் சில்க் படக் கதையும் அதன் பாஷ்யமும் போன்ற சிலுக்காணத்தம்மன் பற்றிய புத்தகங்கள் இவ்விடம் சகாய விலையில் கிடைக்கும். வெளியூர் பக்தர் களுக்குத் தபால் மூலம் புத்தகங்கள் அனுப்பப்படும். வி.பி.பி. கிடையாது.

ஐயோ பேய்!

சர்வ சாதாரணமாக 'நீ எப்பவாவது குற்றாலத்துல குளித்த துண்டோ?' என்று கேட்பது போல 'நீ எப்பவாவது பேயைப் பார்த்ததுண்டோ?' என்று எனது நெருங்கிய நண்பனின் தாயாதி ஒரு முறை என்னைப் பார்த்து ஒரு கேள்வியைக் கேட்டார்.

''அதான் இப்ப என் எதிரிலேயே பார்த்துக் கொண்டே இருக்கிறேனே...'' என்று கூறி அவர் மனத்தைப் புண்படுத்த விரும்பாததால், ''நான் பேயைப் பார்த்தது இல்லை'' என்ற பாவத்தில் தலையாட்டினேன்.

நிற்க... எனது நண்பனின் தாயாதியை உங்களுக்குச் சிறிது அறிமுகம் செய்து வைக்கிறேன். பேய், பிசாசு, ஆவி என்று ஆ.வி.யில் (ஆனந்த விகடனில்...) கவர் ஸ்டோரியாக வருமளவிற்கு அவர் அவை சம்பந்தமாகப் பல ஆராய்ச்சிகள் செய்து வைத்திருக்கிறார். அவரைத் தாயாதி என்று நேரில் அறிமுகம் செய்வித்தாலும் மறைவில் பேயாதி என்று எனது நண்பனே கேலியாகக் கூறுவதுண்டு. எனக்குத் தெரிந்து பெயர் பொருத்தம் அவருக்கு இருப்பது போல எவருக்குமே கிடையாது. பேய், பிசாசு, பூதம் என்று பிற்காலத்தில் தமது மகன் ஆராய்ச்சி செய்யப் போகிறான் என்பதை முன்கூட்டியே அறிந்து வைத்தது போல அவரது பெற்றோர் அவருக்கு மாத்ரு 'பூதம்' என்று நாமகரணம் செய்வித்துள்ளார்கள். ஒரு பிரபல மருந்து கம்பெனியில் மாத்ருபூதம் மெடிக்கல் ரெப்ரஸென்டேடிவ்வாக இருக்கிறார். மாத்ருபூதத்தின் மேலதிகாரியே அடிக்கடி, ''என்னதான் ஆவி, பிசாசு என்று ஹாபியாக நேரத்தை வீணடித்தாலும் வேலை என்று இறங்கி விட்டால் மாத்ருபூதம் பேய்த்தனமாக வேலை செய்ய ஆரம்பித்து விடுவார்'' என்று கூறுவாராம்.

பேய், பிசாசு இவற்றுக்குப் பயப்படாதவர்கள்கூட இருட்டிய நேரங்களில் தனியான இடத்தில் திடீரென்று மாத்ருபூதத்தைப் பார்த்தால் சிறிது மிரண்டு விடுவார்கள்.

ரெப்ரஸென்டேடிவ்வாக இருந்து அலைவதாலோ என்னவோ தெரியவில்லை, எப்பொழுதும் மாத்ருபூதத்தின் ஹேர் ஸ்டைல் மயிர்க்கூச்செறிந்து பரட்டையாக இருக்கும். முன் வரிசைப் பற்கள் ஒருவேளை மறந்துபோய் உதடுகளுக்கு மேலே வளர்ந்து விட்டதோ என்று எண்ணுமளவுக்கு வெளியே துருத்திக் கொண்டிருக்கும்.

அடர்த்தியாக இணைந்த அவரது புருவங்களைப் பார்க்கும்போது அவரது 'கிராப்பு' புருவத்திலிருந்தே ஆரம்பமாகிறதோ என்று தோன்றும். இரண்டு செவி மடல்களிலும் கறிவேப்பிலைக் கொத்தாக முடிகள். செல்வது அவரா அல்லது அவரது நிழலா என்று சந்தேகம் கொள்ள வைக்கும் 'டெலி போன்கலர்'மேனி. மொத்தத்தில் அய்யனார் சிலைக்கும் இவருக்கும் உள்ள ஒரே வித்தியாசம். அய்யனார் மண் குதிரையில் ஆரோகணித்திருப்பார்... மாத்ருபூதம் 'புல்லட்'டில் பறந்து கொண்டிருப்பார்!

வெளிநாட்டுத் தபால்தலைகள், நாணயங்கள் சேகரிப்பது சிலருக்கு ஹாபி என்றால் பேய், பிசாசு, ஆவி இவை சம்பந்தமாகப் பிறரது அனுபவங்களைக் கேட்டுத் தெரிந்துகொண்டு தனது பிரத்தியேக அனுபவங்களோடு ஒப்பிட்டுப் பார்த்து எழுதி வைத்துக் கொள்வது மாத்ருபூதத்தின் ஹாபி. என்னிடம் இவரது இருபது வருட ஆராய்ச்சியின் பலனாக உருவான பல கையெழுத்துப் பிரதிகளைக் கொடுத்துப் படிக்கச் சொன்னார்.

அந்தப் புத்தகத்தில் பிசாசுகளுக்காக ஒதுக்கப்பட்ட பக்கத்தில் பிசாசுகளை கொள்ளிவாய்ப் பிசாசு, கோண வாய்பிசாசு, குட்டிப் பிசாசு என்று தரம் பார்த்து பிரித்து தனித்தனியாக விவரித்துள்ளார்.

''அது என்ன சார் கோணவாய் பிசாசு, கேள்விப்படாததாக இருக்கிறதே?'' என்று கேட்டதற்கு மாத்ருபூதம் பின்வருமாறு மொழிந்தார்:

''சிலர் சாகும்போது பாரிசவாயு காரணமாக வாய் கோணியபடி இறந்து விடுவார்கள். அவர் பிசாசாக அலையும் பட்சத்தில் கோண வாய்ப் பிசாசாக அலைவார்கள்.''

சிரித்த முகத்தோடு உயிர் பிரிய வேண்டியதன் அவசியம் எனக்கு அன்றுதான் புரிந்தது.

ஒருவேளை எதேச்சையாகப் பிசாசையோ அல்லது பேயையோ நாம் சந்திக்க நேர்ந்தால், நாம் பார்த்தது பிசாசா அல்லது பேயா என்று எளிதில் அடையாளம் தெரிந்து கொள்ள மாத்ருபூதத்தின் புத்தகத்தில் பிசாசுக்கும் பேய்க்கும் உள்ள குறைந்தபட்ச வித்தியாசங்களும் அதிகபட்ச ஒற்றுமைகளும் விவரிக்கப்பட்டு இருந்தன. இவையெல்லாம் தேவைதானா என்று கேட்காதீர்கள். அடையாளம் கண்டுகொள்ள முடியாமல் பிசாசைப் பேய் என்று நம்பி அசட்டுத்தனமாக அதனிடமிருந்து தப்புவதற்காகத் தவறான வழிகளைக் கையாண்டு விட்டால் உங்கள் பிடரியில் பலமாகக் கோட்டை அறை விழும். அதுவும் குட்டி மழலைப் பிசாசுகளுக்கு ராஜதந்திரம் மிகவும் ஜாஸ்தியாம். அவை பாதி சமயங்களில் நம்மை ஏமாற்ற, கொள்ளிவாய் பிசாசுகள் துப்பிய நெருப்புத்

துண்டங்களைப் பொறுக்கி எடுத்துத் துண்டு பீடி போல வைத்துக் கொண்டு திருட்டு கொள்ளிவாய் தம் அடிக்குமாம். புத்தகத்தின் ஒரு பக்கத்தில் எச்சரிக்கை என்று போடப்பட்டு ''வேப்பிலை, முருங்கை மரங்களில்தான் பேய் குடியிருக்கும் என்று கனவு காணாதீர்கள். மல்லிகைப் பூப்பந்தல்களில் கூடச் சில பேய்கள் வாசம் செய்யும்....'' என்றிருந்தது.

பூமியில் மனிதனாக வாழ்ந்த காலத்தில் அத்தர், ஜவ்வாது போன்ற வாசனை திரவியங்களைப் பிரியமாகப் பூசிக் கொண்டவர்கள் மரணத்திற்குப் பின்னர் வாசனைப் பேய்களாக மல்லிகை, ரோஜா, மருக்கொழுந்து செடிகளில் படுத்துக் கொண்டிருக்கும் என்று மாத்ருபூதம் பகருகிறார்.

அடுத்து வந்தது ஆவிகள் பற்றிய பக்கங்கள். ஸ்டாலின், லெனின், குலோத்துங்கச் சோழன் (இரண்டாம் கு.சோ.) இப்ராஹிம் லோடி, லியர்னார்டோடாவின்ஸி இப்படிப் பிரபல ஆவிகளில் ஆரம்பித்து, சிறு வயதில் தனது வீட்டு வேலைக்காரியாக இருந்து தற்கொலை செய்துகொண்ட முத்தம்மாவின் ஆவிவரை பலதரப்பட்ட ஆவிகளை மாத்ருபூதம் பேட்டி கண்டு தொகுத்திருக்கிறார்.

சும்மா சொல்லக்கூடாது மனிதர் ஆவிகளை அஸால்ட்டாக வரவழைக்கிறார். நமக்குக் கீழே பணிபுரிபவர்கள்கூட கூப்பிட்டவுடன் இவ்வளவு வேகமாக வரமாட்டார்கள்!

ஏ, பி, ஸி, டி என்று ஆங்கில எழுத்துகள் இருபத்தி ஐந்தையும் ('T' என்ற எழுத்தை எழுதினால் ஆவி வராதாம்... ஒருவேளை

தமக்குப் போட்டியாகக் குடிக்கும் டீயில் பறக்கும் ஆவியை எதிர்த்துக் கண்டனம் தெரிவிக்கின்றனவோ....?) கட்டம் போட்டு சாக்பீஸால் எழுதி, ஸ்டார்ட் என்று எழுதப்பட்ட கட்டத்தில் கேரம் போர்டு காயினை வைத்துக் கொண்டு மாத்ருபூதம் நமக்கு வேண்டிய ஆவியை வரவழைக்க ஆராதனை செய்வார். நானும் எனது நண்பர்களும் கேட்டுக் கொண்டதற்கிணங்க மாத்ருபூதம் எம்.கே. தியாகராஜ பாகவதரை வரவழைத்துக் கேள்விகள் கேட்கச் சொன்னார். ''திரு. எம். கே.டி. அவர்களே! உங்களுக்குப் பிடித்த பாட்டு எது?'' என்று என் நண்பன் ஒருவன் கேட்டான்.

எம்.கே.டி. கேரம்போர்டு காயினுள் புகுந்து ஒவ்வோர் எழுத்தாக ஓட நாங்கள் குறித்துக் கொண்டு கூட்டிப் படித்ததில், ''அண்ணே அண்ணே, சிப்பாய் அண்ணே'' என்ற பதில் கிடைத்தது. இளையராஜாவின் விசிறியான நண்பனுக்கு ஏக சந்தோஷம்.

ஆனால் ஒன்று. இந்த ஆவி விளையாட்டில் நாம் அழைத்தது பெர்னாட்ஷாவாக இருந்தாலும் சரி. மாத்ருபூதம் வீட்டுப் பழைய வேலைக்காரி முத்தம்மாவாக இருந்தாலும் சரி... சம்பாஷணை ஆங்கிலத்தில் சரளமாக நடப்பதுதான் சற்று நம்பும்படியாக இல்லை. ஆங்கிலம் என்ன சர்வதேச ஆவிகள் பாஷையா...?

மாத்ருபூதத்தின் கையெழுத்துப் பிரதியில் எனக்குப் பிடித்த இடம் முப்பதாவது பக்கத்தில் வெளியாகியிருந்த ஒரு பேட்டி. மாத்ருபூதம் ஒரு சமயம் தனது சொந்த ஊரான மதுராந்தகத்தில் உள்ள மாந்தோப்பில், தான் சந்தித்த ஒரு ஆவியின் உருவத்தைப் பின்னர் ஞாபகத்தில் வைத்துக் கொண்டு வரைந்து ஆவியோடு தான் நடத்திய பிரத்தியேகப் பேட்டியையும் குறிப்பெடுத்துக் கொண்டிருக்கிறார்...

அவர் அன்று சந்தித்த ஆவி கி.மு.வைச் சேர்ந்த 'புரோட்டஸ் நிகாரிகா' என்ற கிரேக்கக் குறுநில மன்னரின் ஆவியாம்.

'புரோட்டஸ் நிகாரிகாவின்' உருவத்தை (நமக்குத் தெரிந்து ஆவி பேய்களுக்குப் பாதம் கிடையாது. மாத்ருபூதம் சந்தித்த பாதி ஆவிகளுக்கு உருவம் இடுப்போடு சரி. எல்லாமே பாஸ்போர்ட் சைஸ் ஆவிகள் தானாம்...) வரைந்து தான் பார்த்ததற்கு சாட்சியாக, கிரேக்க மன்னரின் கையெழுத்தையும் கிரேக்க மொழியிலேயே வாங்கி வைத்திருக்கிறார். படத்தின் கீழே கிரேக்க மன்னரின் பேட்டி வேறு. தான் கிளியோபாட்ராவை உளமார நேசித்ததையும் அவள் தன்னை வஞ்சித்து சீசரை மணந்ததையும் அதனால் தனக்கு சீசரிடம் ஏற்பட்ட காழ்ப்புணர்ச்சியையும் (புரோட்டஸ் நிகாரிகா, பேட்டியின் ஒரு கட்டத்தில் சீசரை 'கடங்காரா' என்று தேவநாகரியில் திட்டுகிறார்....) பேட்டியில் கூறப்பட்டுள்ளது.

மாத்ருபூதத்திடம், ''என்ன சார் இது. பயங்கர 'காதுல பூ சமாசாரமாக' இருக்கிறதே?'' என்றேன்.

''வா என்னோடு, மதுராந்தகம் மாந்தோப்பிற்கு. கிரேக்க மன்னனைக் காட்டுகிறேன்...'' என்று கையைப் பிடித்திழுத்தார்.

என்னால் நம்பவும் முடியவில்லை. மாந்தோப்பில் கிளையில் ஊஞ்சலாடும் கிரேக்க மன்னனைச் சந்திக்கத் திராணியும் இல்லை. பெருமாள் கோயிலில் பெருமாளுக்கு அலங்கரித்துப் பல்லக்கில் அமர்த்தி அவர் அழகு பார்த்துக் கொள்ளும் 'கண்ணாடி காட்டும்' வைபவத்தின்போது பெருமாள் காஷுவலாக கச்சத்திலிருந்து சீப்பை எடுத்துத் தலை வாரிக் கொள்கிறார் என்று வைத்துக் கொள்ளுங்கள். எல்லோரும் தலை தெறிக்க ஓட மாட்டார்களா....?

தெய்வமோ, தேவதையோ, சைத்தானோ எதுவும் நாம் பார்க்காதவரையில் நம்பலாம். நம்பாதவர்கள் பகுத்தறிவு பேசலாம்.

இவ்வளவு ஏன் சார்.. மாத்ருபூதத்தோடு இரண்டு வருடங்கள் நெருங்கிப் பழகி, அவரது பேய், பிசாசு, ஆவி உலக நட்புறவைக் கேலி செய்து கொண்டிருந்த நானே இரண்டு மாதங்களுக்கு முன்பு அவர் மாரடைப்பால் காலமாகி விட்டார் என்ற செய்தி கேட்டதிலிருந்து ஒரு மாதிரியாக அவஸ்தைப்பட்டுக் கொண்டிருக்கிறேன். உயிரோடு இருக்கும்போதே மாத்ருபூதத்திற்குப் பேய், பிசாசு, ஆவி உலக நண்பர்கள் ஏராளமாக உண்டு. இப்பொழுது இறந்து அவற்றோடு ஐக்கியமானதில் அவரது சாம்ராஜ்யம் வேறு விரிவு பட்டிருக்கும். ஆவிகளை ஒரு காலத்தில் நம்பாத என்னை மாத்ருபூதத்தின் ஆவி ஒன்றும் செய்யாமலிருக்க நான் இப்பொழுதெல்லாம் ஆவிகளை நம்ப ஆரம்பித்து விட்டேன். நமக்கென்று ஒன்று வந்தால்தான் நம்பிக்கையும் வரும் போலிருக்கிறது. சொன்னால் சிரிப்பீர்கள். ஆஃப்டர் ஆல் குடிக்கும் காபியில் ஆவி பறந்தால் கூட நான் அவற்றை அவமரியாதையாக ஆற்றித் தணிக்காமல் தாமாகவே அவை மறையும் வரையில் மரியாதையாகக் காத்திருந்து பிறகு குடிக்கிறேன்.... போறுமா... ஓமன்... ஸாரி.... ஆமென்!

ஊட்டி வரை உறவு!

'காயமே
இது பொய்யடா' என்ற சித்தர் வாக்குக்கு ஒரு சிறு மாற்றம் தேவை. 'காயமே இது பச்சோந்தியடா!'

நீங்க பாட்டுக்கு, காயம் என்றவுடன் படை, சொறி, சிரங்கு, பர்னால், ஜெர்மெக்ஸ் என்று போய் விடாதீர்கள். நான் கூறுவது செந்தமிழ் காயம் அதாவது, உடம்பு! விஷயத்துக்கு வருவோம்...

ஏதோ போனால் போகிறது... எங்கு போனாலும் நன்றி விசுவாசத்தோடு நம் கூடவே வருகிறதே என்று பச்சாத்தாபப்பட்டு... பாவம்! மதராஸ் வெப்பத்துக்குப் பயந்து சதா வியர்வைக் கண்ணீர் வடித்துக் கொண்டிருக்கும் இந்தக் 'காய'த்தைச் சற்றுக் குஷிப்படுத்தலாம் என்று ஊட்டிக்குக் கூட்டிச் சென்றால், பச்சோந்தி தன் புத்தியைக் காட்டிவிட்டது.

ஊட்டியில் கால் வைத்த மறுகணமே இந்த அயோக்கிய உடம்பு, தான் வியர்த்து வாடிய நாட்களை மறந்து அங்கு நிரந்தரமாகத் தங்கிக் குளிரில் நடுங்கிக் கொண்டிருப்பவர்களைப் பார்த்து காப்பியடிக்க ஆரம்பித்து விட்டது... 'அவர்கள் போட்டுக் கொண்டிருப்பது போல எனக்கும் ஸ்வெட்டர் போட்டு விடு... மஃப்ளர் டர்பன் கட்டி விடு' என்று!

'அல்பனுக்குப் பவிசு வந்தால் அர்த்த ராத்திரியில் குடை பிடிப்பது' போல, என் கூடவே பிறந்து குழி பறிக்கும் இந்தக் கசுமால உடம்பு, நான் ஊட்டியில் தங்கிய நான்கு நாட்களும் தும்மல், இருமல், தொண்டைக் கட்டு, திருகுவலி என்று ஒப்பாரி வைத்து, போன இடத்தில் என் பிராணனை வாங்கிவிட்டது. மறுபடியும் மேட்டுப்பாளையம் வந்தவுடன் இந்த உடம்பு வியர்வையோடு ''ஐஸ் போட்டு பன்னீர் சோடா வாங்கித் தாயேன்'' என்று தனது பழைய கர்நாடக சங்கீதத்தைப் பாட ஆரம்பிக்கிறது...

ஒன்று நிச்சயம் சாமி... இனி எங்கு போனாலும் அது சிம்லாவோ, சகாராவோ இந்த உதவாக்கரை உடம்பை அழைத்துச் செல்லாமல் மானசீகமாகவே போய்வரத் தீர்மானித்துள்ளேன். எப்படி ஐடியா...?

சரி!.... உங்களுக்காக ஊட்டிவரை சென்று உளவறிந்து துலக்கிய உல்லாசத்துப்புகளை உங்கள் முன் சமர்ப்பிக்கிறேன்...

நான், என்னுடைய வீணை, எனது நண்பன் கோபி, அவனுடைய வீணை (மலைக்காதீர்கள்... 'சம்சாரம் என்பது வீணை' பாட்டு கேட்டதில்லையா!...) நால்வரும் கோயம்புத்தூரில் இறங்கி ஓட்டல் அன்னபூர்ணாவில் கபளீகரம் செய்துவிட்டு உதகமண்டலம் காண சேரனில் ஏறினோம். கவனிக்க வேண்டிய ஒரு விஷயம்: அன்னபூர்ணாவுக்கு வருபவர்களைச் சாப்பிட வருபவர்கள் என்று கூறுவதைவிட அங்கு தயாராகும் இட்லி வடை சாம்பாரைத் தரிசிக்க வரும் பக்தகோடிகள் என்று அழைப்பதே சாலச் சிறந்தது!

மெய்யாலும்மே மல்லிகைப்பூ மாதிரி இட்லிகள்... என் மனைவி, இரண்டு இட்லிகளைக் கூந்தலில் சூடிக் கொண்டு விட்டாள் என்றால் பார்த்துக் கொள்ளுங்களேன்!

மேட்டுப்பாளையத்தை உதறிவிட்டு, சேரன் போக்குவரத்து தனது 'டென்சிங்' பணியைத் துவங்க ஆரம்பித்தது. 'தாயைப் போல பிள்ளை' என்பது போல, தான் வாழும் மலையைப் போல மரங்களும் இரண்டு பக்கமும் நீண்டு உயர்ந்து வான் நோக்கி வளர்ந்திருந்தன. பாதி மரங்களின் நாமாவளிகள் Botany படித்தவர்களுக்கே பரிச்சயம். பார்த்தவுடன் என்னால் அடையாளம் கண்டுகொள்ள முடிந்தது. நெட்டையான பாக்கு மரங்கள்தான். அதில் ஏறிப் பாக்கைப் பறித்து வருவதற்குள் வாயில்போட்ட வெற்றிலை கரைந்து விடும்.

திடீரென்று நாசியைத் தாக்கிய 'யூகலிப்ட்ஸ்' தைல மரங்களின் வாசனை. எனக்கு இறந்து போன ஓர் உறவினரின் ஞாபகத்தை உண்டாக்கியது. உறவினர் உயிரோடு இருந்தபோது அவருக்கு ஒரு 'மேனியா.' சதா சர்வகாலம் ஒரு பஞ்சை யூகலிப்ட்ஸில் தோய்த்து தென்னங்குச்சியில் பொருத்திக் கையில் வைத்த வண்ணம் முகர்ந்து

கொண்டிருப்பார். முகரும்போது உறவினரின் கண்கள் சொருகி, நாசி மலர கடுமையான போதையில் இருப்பவனைப் போல பாவம் காட்டுவார். ஆவிகள் நிச்சயம் உண்டு என்கிற பட்சத்தில் இறந்து போன எனது உறவினர் சத்தியமாக இங்கு எங்கோதான் அலைந்து கொண்டிருக்கிறார்.

'மூன்றாம் பிறை' ஜனித்த புண்ணிய ஸ்தலமான கேத்தியில் நுழைந்தது சேரன். சும்மா சொல்லக்கூடாது. கேத்தியில் பார்த்த இடத்திலெல்லாம் பாலுமகேந்திரா தெரிந்தார்! கேத்தி ரயில்வே ஸ்டேஷனைக் காட்டி, ''இங்கதான் சார்... கமல் ஸ்ரீதேவியைப் பிரியறாரு....'' என்று சேரன் நடத்துநர் ஸ்தல புராணம் பாடியதும் நண்பன் கோபி (கமல் பக்தன்) படபடவென்று கன்னத்தில் போட்டுக் கொண்டு பக்திப் பரவசமெய்தினான்.

ஊட்டியின் பொருளாதாரம் வாழும் விலை, (Cost of living) விலைவாசி போன்றவற்றின் குடுமி திருவாளர் சீதோஷ்ணத்தின் கையில் உள்ளது.

சீசனில் பொட்டானிகல் கார்டன் போவதற்குக்கூட வழியைப் பணம் செலவழித்துத்தான் தெரிந்துகொள்ள வேண்டும்...

இதே சீசன் இல்லாத டிசம்பர், ஜனவரி மாதங்களில் சாமர்த்தியம் உள்ளவர்களாக இருந்தால் அதே பொட்டானிகல் கார்டனைக் குறைந்த விலைக்குப் பேரம் பேசி வாங்கி விடலாம்.

டாக்ஸியில் ஏறித் தொட்டபெட்டா மலைச் சிகரம் செல்ல ஆசைப்படுபவர்கள் பையிலுள்ள அத்தனை பணத்தையும் டாக்ஸி சார்பாகக் கொடுக்க வேண்டி வரும். கையில் பணமின்றி ஊர் திரும்ப விரும்புபவர்களுக்குச் சுலபமான ஒரே வழி அதே தொட்டபெட்டா சிகரத்திலிருந்து மேட்டுப்பாளையத்தைக் குறி வைத்துக் குதித்து விடவேண்டியதுதான்.

சராசரி இந்தியர்கள் சுற்றிப் பார்க்க சேரன் பெரிதும் உதவுகிறான். முப்பத்தைந்து ரூபாய் கொடுத்தால் மலை ராணியின் அனாடமியை சேரன், நமக்கு ஒரே நாளில் அக்குவேறு ஆணி வேறாகப் பிரித்துப் போட்டுக் காட்டுகிறான்...

காலை எட்டு மணிக்கு இருபது பேரை மடியில் கட்டிக் கொண்டு புறப்பட்ட சேரன் யுவராஜா (மினி பஸ்) முதலில் சென்றது தொட்டபெட்டா! தொட்டபெட்டா மலையுச்சி, அடிவாரத்திலிருந்து எட்டாயிரத்து அறுநூற்றுச் சொச்சம் அடி உயரத்தில் இருக்கிறது என்று கல்வெட்டு கூறியது. அங்கிருந்து குதித்தால் சொச்சம் தாண்டுவதற்குள் சிவலோகம் போய்விடுவோம். எனது மனைவி தொட்டபெட்டாவை சிறு குழந்தையைப் பார்ப்பது

போல் அலட்சியமாகப் பார்த்துவிட்டு, தான் தனது தந்தையுடன் திருமணத்திற்கு முன்பு பார்த்த சிம்லா மலையுச்சியைச் சிலாகித்து என்னுள் பொறாமையைத் தூண்டினாள். அடுத்த விடுமுறையில் விருத்தாசலம், வீரமன்னார்கோயில் என்று அழைத்துச் சென்று மனைவியைப் பழிவாங்கத் திட்டமிட்டேன். யாரும் பார்க்காத சமயத்தில் வாயில் போட்டுக் குதப்பிய வெற்றிலை சீவலை, தொட்டபெட்டா உச்சியிலிருந்து ஆயிரக்கணக்கான அடிகளுக்குக் கீழே துப்பி அல்ப சந்தோஷம் அடைந்தேன்.

தொட்டபெட்டாவை அடுத்து நாங்கள் தொட்டது பாண்டியராஜ் மெமோரியல் பார்க். அப்பு, குப்பு, சுப்பு தவிர மற்ற உலகிலுள்ள அத்தனை பூக்களையும் அந்தப் பூங்காவில் பாண்டியராஜ் சேர்த்து வைத்திருக்கிறார். சில பூக்களின் பிரும்மாண்டம் அவை பூக்களா, அல்லது காய்களா என்று சந்தேகிக்க வைத்தன! இம்மாதிரி பெரிய சைஸ் பூக்களை எடுத்து வழக்கம் போல தமிழ் சினிமா கதாநாயகர்கள், செல்லமாகக் கதாநாயகிகள் மீது எறிந்தால் முக்கால்வாசி கதாநாயகிகள் பூவின் சுமை தாங்காமல் மூர்ச்சையாகி விடுவார்கள். பஸ்ஸில் வந்த இருபது பேரில் பாதிக்கு மேல் பெண்கள். அனாவசியமாக பூங்காவின் வாயிலில் 'பூக்களைப் பறிக்காதீர்கள்' என்ற பலகையைப் போட்டு, மறந்திருந்த பெண்களுக்குக்கூட பறித்துத்தான் ஆகவேண்டும் என்ற வெறியை உண்டாக்கி விட்டார்கள். பூங்காவின் காவலாளி, போன குளிருக்குப் போட்ட போதையே தெளியாமல் மயங்கிக் கிடந்தான். அரை மணி நேரத்தில் பாண்டியராஜ் நினைவுப் பூங்கா, தாய்மார்களால் சூறையாடப்பட்டது.

மதிய உணவிற்குப் பிறகு சென்றது கோடநாடு வ்யூ பாயிண்ட், டால்பின்ஸ் நோஸ் மலையுச்சிகள். தொட்டபெட்டாவைப் போல இரண்டுமே தற்கொலை ஸ்தலங்கள் தாம்.

இந்த இடங்களுக்கெல்லாம் பஸ் கரடு முரடான மலைப் பாதையில் செல்லும்போது ஆண்களே பிரசவித்துவிடும் அளவிற்கு எகிறி எகிறிக் குதித்து செல்கிறது. 'கோடநாடுவை' என்னுடன் பயணம் செய்த சிந்திக்காரர் ஸ்பஷ்டமாக, குடை நாயுடு என்று உச்சரித்தார்.

டால்பின்ஸ் நோஸ், சிம்ஸ் பார்க் என்று பல இடங்களை, ஏன் இன்னமும் வெள்ளைக்காரன் கொடுத்த பெயரிலேயே அழைக்கிறார்கள்? இதோ, தமிழாக்கம்: ராஜாஜி ஞாபகார்த்தமாக டால்பின்ஸ் நோஸைத் தேசப் பற்றோடு 'மூதறிஞர் மூக்கு' என்றும், 'சிம்ஸ்' பார்க்கை 'சின்மயானந்தா பூங்கா' என்றும் தாராளமாக மாற்றலாம்.

போட் கிளப்பில் ஏரியில் படகை நாமாகவும் ஓட்டலாம்; அல்லது படகைச் செலுத்தப் படகோட்டியும் வைத்துக் கொள்ளலாம். நானும் என் மனைவியும் படகோட்டியின் துணையோடு ஏரியில் பாதுகாப்பாக மிதந்தோம். படகோட்டியின் காதில் விழாமல் 'முல்லை மலர் மேலே' பாடலை மனைவியைப் பார்த்து ரொமான்டிக்காகப் பாடினேன்.

மனைவியோ, பாடலை மதிக்காமல் இந்த ஏரியைவிட சிம்லா ஏரி இன்னமும் ஆழம் என்று சீரியஸாகக் கூறினாள்.

ஒரு காலனி நண்பர் விருப்பத்தைப் பூர்த்தி செய்ய இரண்டு பாட்டில் பெரிய சைஸ் யூகலிப்ட்ஸ் (நண்பரின் மூன்று சந்ததியினருக்குப் போதுமான அளவு) தைலம் வாங்கிக் கொண்டேன். காலனி நண்பருக்கு இது ஒரு கெட்ட பழக்கம்... யாராவது பத்தமடை சென்றால், பாய் வாங்கி வரும்படி வற்புறுத்துவார். டெல்லி சென்றால் மோடா; திண்டுக்கல் போனால் பூட்டு இப்படி 'அந்த ஊர் பிரசித்தத்தை' அவசியம் வாங்கி வரும்படி உயிரை வாங்குவார். வெறுப்பு தீர ஒரு முறை தீபாவளி பண்டிகை இல்லாத நாளாகப் பார்த்து சிவகாசி சென்று கட்டுக்கட்டாக பட்டாசு வாங்கி வந்து இவர் வீட்டு ரேழியில் நிரப்பிக் கொளுத்தி விடவேண்டும்.

சேரனில் மலையேறிய நாங்கள் புகை வண்டியில் அமர்ந்து பூமியை நோக்கி ஊர்ந்தோம்.

சென்னை வந்ததும் செய்தித்தாளில் படித்தது: நேற்று சென்னையில் அதிக பட்ச வெப்பம்... மீனம்பாக்கம் உஷ்ணமானியில் பாதரசம் நூற்றிஒன்பது புள்ளி நான்கு டிகிரியைத் தொட்டதாம்.

ஆண்டவா! ஒரு சிறு வேண்டுகோள்: ஐந்து ஆண்டுகளுக்கு ஒருமுறை தேர்தல் வைத்து ஆட்சி மாறற்ம் செய்வது போல, ஐந்து ஆண்டுகளுக்கு ஒருமுறை சீதோஷ்ண மாற்றம் செய்து ஐரோப்பாவை வெப்பமாக்கி ஆசியாவைக் குளிர் பிரதேசமாகச் செய்து விடு... ஜனநாயகத்தில் நம்பிக்கை உள்ளவன் என்று எண்ணி இந்த வேண்டுகோளை விடுக்கிறேன்.

குடத்திலிட்ட 'கின்னஸ்' விளக்குகள்!

நம்மால் பொறுத்துக் கொள்ள முடியாத, அதே சமயத்தில் வீறுகொண்டு ஆவேசப்பட வேண்டிய விஷயம்... இந்த உலகச் சாதனையாளர்கள் பற்றிய 'கின்னஸ்' குறிப்பேடு புத்தகம்....!

இந்த நியூயார்க் பதிப்பாளர் சில்மிஷம் செய்து சூழ்ச்சியாக நம்மவர்களைத் தனது 'கின்னஸ்' புத்தகத்தில் குடியேறவிடாமல் குழி தோண்டிப் புதைத்திருக்கிறார்.

சரி, போனால் போகிறது... கலை, கல்வி, விளையாட்டு, விஞ்ஞானம், வீரம் போன்ற அல்பத்தனமான துறைகளில் நாம் அனாவசியமாக நேரத்தை வீணாக்காததால் கின்னஸில் இது சம்பந்தப்பட்ட அத்தியாயங்களில் நம்மவர்கள் பற்றிய குறிப்பு எதுவும் இல்லை என்று கொள்ளலாம்.

ஆனால், கின்னஸில் தனி மனிதனின் சாதனைகள் என்று ஒரு அத்தியாயம் இருக்கிறது.

இதில்கூட நமது கண்மணிகள் குப்புசாமி, ராமசாமியைக் காண வில்லை! என்ன அப்படிப் புடலங்காய் தனி மனிதனின் சாத னைகள் என்று கேட்கிறீர்களா? சொல்கிறேன், கேளுங்கள்.

ஜப்பானைச் சேர்ந்த ஒரு ஆணும் ஒரு பெண்ணும் தம்பதி சமேதராய் தண்ணீருக்கடியில் இரண்டு நிமிடம் பதினெட்டு செகண்டுகள் சத்தம் போடாமல் முத்தம் கொடுத்தது உலகச் சாத னையாம்.. வெட்கக்கேடு!

பப்ளிக்காக 'இச்' கொடுக்கப் பயந்து தண்ணீருக்கடியில் திருட்டு முத்தம் (திருட்டு தம்முக்குச் சமம்...) கொடுத்த அந்த ஜப்பான் ஜோடியின் மீது நியாயமாகப் பார்த்தால் 'தள்ளல் கேஸ்' (அதுவும் தண்ணீருக்கடியில்...) சுமத்தித் தாணாக்காரரிடம் ஒப்படைக்க வேண்டும்.

சரி, பாவம் போனால் பேகிறது என்று பார்த்தால்... ராபர்ட் போஸ்டர் என்பவர் தண்ணீருக்கடியில் பதின்மூன்று நிமிடங்கள் நாற்பத்திரண்டு புள்ளி ஐந்து நொடிகள் ஒன்றுமே செய்யாமல் அமர்ந்து அழிச்சாட்டியம் செய்ததை 'கின்னஸ்' தலையில் வைத்துக் கூத்தாடுகிறது.

யோவ் கின்னஸே, கேள்! சென்ற மாதம் எனது பக்கத்து வீட்டிற்கு

இரவில் திருட வந்த சூளை ஜலமணியின் சாதனைக்குமுன் உனது ராபர்ட் போஸ்டர் எம்மாத்திரம்...? சூளை ஜலமணியின் வரவை அறிந்து நாங்கள் விளக்குகளைப் போட... ஜலமணியும் எங்களுக்குப் பயந்து பக்கத்து வீட்டுக் கிணற்றில் (தூர் எடுத்து ஒரு மாமாங்கம் ஆகிறது...) விடிய விடியப் பதுங்கி இருந்து... விடியற்காலையில் பக்கத்து வீட்டு மாமா நீர் சேந்தும் போது வழக்கம் போல குடம் நழுவி, பதுங்கிய ஜலமணியின் தலையை 'ணங்' என்று பதம் பார்க்க... பாவம், வலியால் அலறி மாட்டிக் கொண்ட சூளை ஜலமணியை போலீஸிடம் ஒப்படைத்தோம். கின்னஸில் இருக்க வேண்டிய சூளை ஜலமணி இப்பொழுது சென்ட்ரல் ஜெயிலில் இருக்கிறான். தூர் எடுக்காத கிணற்றில் விடிய விடியப் பதுங்கி இருந்த சூளை ஜலமணி ஒரு சாதனையாளன் இல்லையா...?

என்னைக் கேட்டால், அந்தக் கிணற்றுத் தண்ணீரை இதுநாள்வரை தைரியமாகத் தொடர்ந்து உபயோகிக்கும் பக்கத்து வீட்டுத் தாத்தாவிலிருந்து கடைக்குட்டி 'கிச்சு' வரை எல்லோரையும் கின்னஸில் சேர்த்துக் கொள்ளலாம்.

இன்னொரு பக்கத்தைப் புரட்டினால் ஆஸ்திரேலியாவைச் சேர்ந்த ஒரு பெண்மணி, நூற்றிருபது மணி நேரங்கள் தொடர்ச்சியாகக் குளித்தார் என்று ஒரு குறிப்பு. இது ஒரு சாதனையாம் கின்னஸ் பீற்றிக் கொள்கிறது! எனது ஒன்றுவிட்ட அத்தையின் மாமியார் மகா ஆசாரம். தொட்டதற்கெல்லாம் தீட்டு (அவளது வலதுகை இடது கையில்பட்டாலே அவளுக்குத் தீட்டு...) என்று சொல்லிக் கொண்டு சதா சர்வகாலமும் பாத்ரூமில் குளித்துக் கொண்டிருக்கும் இவள் உலகச் சாதனையாளியா, இல்லையா?

என் வாதம் என்னவென்றால், ஆஸ்திரேலியாவில் தண்ணீர் நிறைய கிடைக்கிறது என்ற தெனாவட்டில் குளிப்பதைச் சாதனை யாக்குவது பேத்தல்... குளிப்பது சாதனை என்றால் தொடர்ந்து பல நாட்களாகத் தற்சமயம் சென்னையில் குளிக்காமல் இருக்கும் நபர்கள் சாதனையாளர்கள் இல்லையா...?

ஓய் கின்னஸே! தெலுகு கங்கா வரட்டும். தண்ணீரில் கரைந்து போகும் வரை குளித்துக் காட்டுகிறோம்.

கின்னஸின் மற்றுமொரு கொக்கரிப்பைக் கேளுங்கள்!

டென்மார்க்கைச் சேர்ந்த ஒருவர், சிகரெட்டை ஒரே இழுப்பு இழுத்து முன்னூற் றைம்பத்தைந்து வளையங்கள் விட்டாராம்! சல்பேட்டா கபாலி தாகசாந்திக்குப் பிறகு துண்டு பீடி அடிப்பதை கின்னஸ் பார்க்க வேண்டும். டென்மார்க் பறக்காவட்டியைப் போல கபாலி முன்னூற்றைம் பத்தைந்து வளையங்கள் விடமாட்டான். ஒரே இழுப்பு... மூன்றே மூன்று வளையங்கள்!.... ஒவ்வொரு புகை வளையமும் சராசரி ஆறு அல்லது ஏழு அடி விட்டத்திற்கு வளரும்.

ஓர் அற்புதமான ஐடியா! இந்த கின்னஸுக்குப் போட்டியாக நாமே ஓர் உள்ளூர் கின்னஸ் தயாரித்துக் குடத்திலிட்ட விளக்குகளாய் இருக்கும் நம்மவர்களைப் பிரபலப்படுத்தினால் ஓஹோ என்று இருக்கும் அல்லவா!

அண்டப்புளுகு மன்னன், ஆயிரம் மணிபர்ஸுகள் அடித்த அட்டகாச ஜேப்படிச் சக்கரவர்த்தி, குறைந்தபட்ச காலத்தில் அதிகபட்ச தடவை கட்சி மாறிய அரசியல் மன்னன், கிசுகிசுக்களில் அதிகமாக இடம் பெற்ற வெள்ளித்திரை இளவரசி போன்றவர்களை நாம் தயாரிக்கும் கின்னஸில் இடம் பெற வைக்கலாம். நாம் தயாரிக்கப் போகும் இந்தப் போட்டி கின்னஸில் இடம் பெற நினைப்பவர்கள் எப்படிப்பட்ட சாதனைகள் புரிந்து இருக்க வேண் டும் என்பதை விளக்க நான் மனத்தில் வைத்துள்ள சிலவற்றைக் கூறுகிறேன், கேளுங்கள்...

தற்கொலை தண்டபாணி. வயது முப்பத்தினான்கு. எட்டு வயதிலிருந்து தற்கொலை செய்துகொள்ள முயலும் இவர், இதுவரை சுமார் நூற்றெழுபத்தெட்டு தடவை தற்கொலை செய்து கொண்டு அசம்பாவிதமாக (சில சமயம் தெய்வாதீனமாக) கடைசி நிமிடத்தில் காப்பாற்றப்பட்டு இருக்கிறார்.

அரளி, ஆமணக்கு, மூட்டைப்பூச்சி மருந்து (ஒரு தடவை விரக்தியில் ஐம்பது மூட்டைப்பூச்சிகளையே சாப்பிட்டார்.) கருநாகப் புற்றில் வலது கையை அரை மணி நேரம் வைத்திருந்தது. சயனைட், யூரியா பாஸ்பேட் இப்படிப் பலதரப்பட்ட விஷயங்க ளோடு தண்டபாணி விளையாடி இருக்கிறார். இவர் தூக்குப் போட்டுக் கொண்டு தொங்காத மரக் கிளைகளே (அடையாறு ஆலமரம் தவிர) மதராஸில் கிடையாது.

ஒரு முறை ஒரு பிடி தூக்க மாத்தி ரைகளைச் சாப்பிட்டுவிட்டு உயிரும் போகாமல், அன்று இரவு சரியாகத் தூக்கமும் வராமல் தண்டபாணி திண்டாடியிருக்கிறார். சகாய விலையில் தற்கொலை செய்து கொள்வது எப்படி என்று ஒரு புத்தகமே போட்டார். புத்தகம் விற்காமல் தேங்கிப் போன வருத்தத்தில் போன மாதம் கெரஸின் ஊற்றிக் கொண்டு ஒலிம்பிக் ஜோதியாக எரிந்த தண்டபாணியைக் கம்பளியில் புரட்டிக் காப்பாற்றினர்கள். தண்டபாணியை அழிக்கத் தண்டபாணியாலேயே முடிய வில்லை.

எனது அடுத்த 'சாம்பிள்' வாதிராஜ ராவை அழிக்க ஆண்டவனாலேயே முடியவில்லை. இத்தனைக்கும் வாதி ராஜராவுக்குக் கால் விரல் நகச்சுத்தியிலிருந்து தலையில் பொடுகுவரை சகல வியாதிகளும் உண்டு.

நண்பர்கள் அவரை வியாதி ராஜராவ் என்று அழைப்பார்கள். எனக்குத் தெரிந்து ராவுஜிக்குப் பதினைந்து தடவை ஹார்ட் அட்டாக் வந்திருக்கிறது. ஒவ்வொரு தடவையும் டாக்டர்கள் ராவுஜியின் மார்பின் மீது ஏறி நின்று ஆர்டிபிஷியல் ரெஸ்பிரேஷன் என்ற பெயரில் ருத்திர தாண்டவமே ஆட, பழையபடி சுவாசம் வந்துவிடும்!

அன்று சாயங்காலம் ராவுஜி, குடும்பத்தோடு உட்லண்ட்ஸில் மசால்தோசை சாப்பிட்டுக் கொண்டிருப்பார்!

ராவுஜியை, என்சைக்ளோபீடியா ஆஃப் வியாதிகள் என்ற பெயரில் அறிமுகப்படுத்தலாம். எப்பொழுது தெர்மா மீட்டரை வைத்தாலும் சுடச் சுட நூத்திரெண்டு காட்டுவார். ஒரு மாதிரியாக உஷ்ணத்திலேயே இருந்து டிராபிகலைஸ் ஆகிவிட்டார் என்றே கூறலாம். ராவுஜி, டாக்டர்களுக்கு ஒரு புதிர்!

ஒரு முறை பல்லெல்லாம் சொத்தையாகிப் பல் டாக்டரிடம் பிடுங்கிக் கொண்டு பல்செட் போட்டுக் கொண்டார். பல்செட் சரியாகப் பொருத்த முடியாமல் தவித்த ராவுஜி, கண்ணாடியில் ஒரு நாள் வாயைப் பரிசோதித்தபோது புதிதாக இரண்டு பல் முளைத்திருப்பதைப் பார்த்து ஆச்சரியமடைந்தார்.

இரண்டே மாதத்தில் முப்பத்திரண்டு பற்களும் ராவுஜிக்கு முளைத்து விட்டன... இந்த அழகில் பல் முளைக்கும்போது ராவுஜிக்கு, குழந்தைகளுக்கு ஆவது மாதிரி 'டயோரியா' வேறு. பட்ட மரம் துளிர்ப்பது போல இத்தனை வியாதிகளுக்கிடையே

விநோதமான ஆரோக்கியத்தோடு வாழும் வாதிராஜராவுக்கு, போட்டி கின்னஸில் ஒரு பக்கமே ஒதுக்க எண்ணியுள்ளேன்.

போட்டி கின்னஸின் அமைப்பு உங்களுக்கு ஓரளவு புரிந்திருக்கும் என நம்புகிறேன். போட்டி கின்னஸில் போடக்கூடிய அளவுக்கு சாமுத்ரிகா லட்சணங்கள் உடையவர்கள், சாதனையாளர்கள் யாராவது உங்களுக்கு தெரிந்திருந்தால் தயவுசெய்து உடனடியாக எழுதுங்கள்.

ஆனால், ஒரே ஒரு கண்டிஷன் அவர்கள் நம் 'மண்ணின் மைந்தர்'களாக இருக்க வேண்டும்!

விளையாட்டாக ஆரம்பித்து விளையாக முடிந்த நிகழ்ச்சிகள்:

பெங்களூரில் ஒரு நண்பரின் வீட்டுக்குப் போயிருந்தேன். அவர் வீட்டில் ஐந்தாறு பெண்மணிகள் பதினைந்து முதல் முப்பதுக்குள் என்னை ஹீரோ வாகக் கொண்டாடினார்கள்.

''ஆபீசுக்கும் போய்க்கொண்டு நாடகத்துக்கும் போய்க்கிட்டு, எப்படி சார் உங்களால் இதெல்லாம் முடியுது?'' ஒரு பெண் கேட்டாள்.

''ஸ்கூட்டர். எல்லா அலைச்சல் சமாசாரங்களையும் ஸ்கூட்டரி லேயே நான் ஃமாளித்து விடுவேன்!'' டூப் விட்டேன்.

சாயந்திரம் மறுபடி நண்பரைப் பார்க்கப்போனபோது, வேலையாக அவர் வெளியே போய் விட்டதாகவும், என்னை ஓர் ஓட்டலில் சந்திக்கச் சொன்னதாகவும் தகவல் தெரிவித்தார்கள்.

''நீங்க நடந்து கஷ்டப்படக்கூடாது. இந்தாங்க அப்ப ஸ்கூட்டர் சாவி. எடுத்துக்கிட்டுப் போங்க.''

அதிர்ந்து விட்டேன். ஸ்கூட்டரா, நானா? ஐயகோ, கடவுளே! விளையாட்டாகப் போய் சொல்லப் போக....

பூவையார் மத்தியில் என் தெரியாமையை ஒப்புக் கொள்ளத் தன்மானம் இடம் கொடுக்கவில்லை. ஸ்கூட்டரை எடுத்துக் கொண்டேன். தள்ளு.... சுமார் ஆறு கிலோ மீட்டர் தூரம்.... தள்ளிக் கொண்டே... போய் ஓட்டலில் நண்பரைச் சந்தித்தேன்...

கிரேஸியின் மறுபக்கம்

கிரேஸி மோகன் தன்னுடைய 'மிடில் கிளாஸ் மர்டர்' என்ற நாடகத்தை சுமார் நூற்றுப் பத்து நாட்களில் நூறு தடவை நடத்தியிருக்கிறார். விழாவில் கிரேஸியைப் பாராட்டிய கமல் சொன்னார். ''சீரியஸான விஷயங்கள் தெரிந்திருந்தாலொழிய காமெடி செய்ய முடியாது.''

வெறும் நகைச்சுவை எழுத்தாளராகவும் நடிகராகவுமே நமது கண்களுக்குத் தெரியும் கிரேஸி மோகனுக்குப் பல சீரியஸான விஷயங்களும் தெரிந்திருக்கின்றன.

''பேனா எடுப்பதற்கு முன்பே தூரிகை எடுத்தவன் நான். ரவிவர்மாவின் தொன்மையான ஓவியங்களில் நான் சொக்கிப் போனவன்.''

சென்னை எதிராஜிலு முதலித் தெருவில் உள்ள படக் கடைகளில் பழையகால ரவிவர்மா ஓவியங்களின் படங்கள் நிறைய தொங்க விடப்பட்டிருக்கும். அவற்றை நான் வியந்து பார்த்துக் கொண்டிருப்பேன். முப்பது, நாற்பது ரூபாய் கொடுத்து அவற்றை வாங்க முடியாத நிலை. பேசாமல் கடையிலேயே போய் உட்கார்ந்து கொள்வேன். அந்தப் படங்களைப் பார்த்து அப்படியே வரைந்து விடுவேன். இது மணிக்கணக்கில் நீடிக்கும்.

இப்படி நான் வரைந்த ஏராளமான ஓவியங்களை நண்பர்களுக்குப் பரிசளித்து அவர்கள் அவற்றை பிரேம் பண்ணி இன்னமும் தங்கள் வீட்டில் மாட்டி வைத்திருக்கிறார்கள்.

அதே போல் என் மாமனார் ஹிந்துஸ்தான் ஏரனாடிக்ஸில் இருந்தபோது அங்கே இருந்த பல ரஷ்ய ஓவியங்களை அப்படியே பார்த்து வரைந்துண்டு.

நான் வரைந்தவற்றில் ஸ்ரீ ராகவேந்திரர், ஐயப்பன் ஓவியங்களைப் பாராட்டாதவர்களே இல்லை. நேரம் போவதே தெரியாமல் சில நாட்கள் தொடர்ந்து நான் இந்த வேலையில் மூழ்கி விடுவதும் உண்டு.

''வாட்டர் கலர் சித்திரங்கள் என் ஸ்பெஷாலிட்டி. நானும் ஓவியர் மணியம் செல்வனும் பால்ய சினேகிதர்கள்.''

கிரேஸியின் இன்னொரு திறமை கவிதை எழுதுவது, ஆதி சங்கரரின் குருவாஷ்டகத்தைத் தமிழில் 'குருபாத மகிமை' என்ற தலைப்பில் ஒன்பது பாடல்களாக எழுதியுள்ளார். வேதாந்த தேசிகரின் படைப்புகளை அர்த்தம் புரிந்து கொண்டு அவற்றில் லயித்துப் போக கிரேஸியால் முடியும்.

பஜகோவிந்தத்தைப் பாடல்கள் வடிவத்தில் தமிழாக்கம் செய்திருக்கிறார் இந்த நகைச்சுவையாளர்.

கிரேஸி மோகனின் இந்த சீரியஸான மறுபக்கத்தைத் தெரிந்து வைத்துக் கொண்டுதான் கமல் அப்படிப் பேசினாரோ என்னவோ?

- பி. ரங்கநாயகி

பொய்க்கால் குதிரை ஏற்றம்!

அன்று மாலை ஆறரை மணியளவில், ஆர். ஆர். சபாவில் அரிதாரம் பூசும் அறையில் 'மேரேஜ் மேட் இன் சலூன்' நாடகத்திற்காக நான் தாடி மீசை ஒட்ட வைத்துக் கொண்டிருந்தேன்.

அப்போ,

அறையின் கண்ணாடியில் 'கவிதாலயம்' நடராஜனின் பிரதி பிம்பம் தோன்றி, ''உன்னுடைய இந்த நாடகத்தை டைரக்டர் பாலசந்தர் படமாக்க நினைத்திருக்கிறார்... சம்மதமா...?'' என்று கேட்டது!

''அரியானா பம்ப்பர் லாட்டரியில் உனக்கு ஆறு லட்சம் விழுந்திருக்கிறது.. வேண்டுமா, வேண்டாமா...?'' என்று கேட்பது போல இருந்தது அந்தக் கேள்வி.

எனது மேடை நாடகம் இயக்குநர் சிகரத்தின் கடைக்கண் வீச்சில் பட்டு விட்டதா....?

'வாரணமாயிரம்' பாடி முடித்தவுடன் ஆண்டாளின் எதிரில் 'நாரணன் நம்பி' தோன்றினால் அவள் எப்படிச் சிலிர்த்திருபாளோ அத்தகைய சிலிர்ப்பு எனக்கு அன்று உண்டாயிற்று.

மறுநாள், இந்த நாடகத்தை எல்லா மொழிகளிலும் எடுப்பதற்கு உலக உரிமையை கவிதாலயம் நிறுவனத்திற்குத் தரப் போகும் சாங்கோபாங்கத்திற்குச் சம்மதமா என்று கேட்டார்கள்.

என்ன இவர்கள்? கரும்பு தின்னக் கூலி தருவார்கள் போலிருக்கிறதே.... யாமறிந்து பலர் அந்த வசிட்டரின் வாயால் பிரும்மரிஷியாகத் தவம் கிடக்கிறார்கள்.... இந்த டைரக்டருக்காக உலக உரிமை என்ன... ஈரேழு பதினான்கு லோக உரிமைகளையும் நான் தரத் தயார்!

மறுநாளுக்கு மறுநாள் தம்பதி சமேதராக நாடகத்தை சங்கீத சம்மேளனத்தில் (மியூஸிக் அகாடமிக்குத் தமிழாக்கம்...!) வந்து பார்த்தார் டைரக்டர்.

எங்கள் நாடகக் குழுவைச் சேர்ந்த அனைவரும் அன்றைய நாடகத்தை உலகக் கோப்பைக்கான இறுதி ஆட்டமாக பாவித்து உயிரைக் கொடுத்து நடித்தனர். சாதாரண வேடத்தில் (சரித்திர நாடகமாக இருந்தால் சேவகன்...) வருபவர்கூட அன்று பாலசந்தர் முன்வரிசையில் இருக்கிறார் என்பதற்காக, முடியாது என்று நாங்கள் கைவிட்ட முக பாவங்களை யெல்லாம் வெளிக்காட்ட முயற்சி செய்தார்!

கமல், ரஜினியின் வெற்றி ரகசியத்திற்குக் காரணமான அந்த காயகல்பம் நாடகம் முடிந்ததும் என்னைப் பார்த்து, ''நாளைக்கு பூஜை... நண்பர்களோடு வீட்டிற்கு வந்து விடு....'' என்று அழைப்பும் விடுத்தார்.

மறுநாள் டைரக்டரின் இல்லத்தில் சிம்ப்பிளாக அதே சமயத்தில் சாஸ்திரோக்தமாக பூஜை நடந்தது.

பூஜை முடிந்ததும் பாலசந்தர் எங்களோடு சுமார் ஒரு மணி நேரம் சாவகாசமாய் உரையாடினார். உன்னதமான உரையாடல் அது.... நாடகமாகும். சினிமாவைப் பற்றிச் சித்திரிப்பார் என்று எதிர்பார்த்த எங்களிடம் நாடகக் கலையின் நெளிவுகளிவுகளைப் பற்றிப் பிரஸ்தாபித்தார்... நாடகத்திடம் அவருக்கு இருந்த ஈடுபாடு எங்களை நாண வைத்தது... நாம் போடும் நாடகத்தோடு நமக்கு எவ்வளவு ஐக்கியம் தேவை என்பதை அந்த நவீன தட்சிணாமூர்த்தி நயம்பட எங்களுக்கு உபதேசித்தார்.

எனது நாடகக் குழந்தைக்குத் திரைக்கதை ஆடை தைத்த பிறகு என்னை மீண்டும் சந்திப்பதாகக் கூறி விடை கொடுத்தார்.

சிறிது நாட்களுக்குப் பிறகு அவர் என்னிடம் கொடுத்த திரைக்கதை என்னை திக்பிரமை அடையச் செய்ததது. அபரிமிதமான அவரது கற்பனைத் திறன் என்னை அசர வைத்தது.

ஒரு நாடகத்தை சினிமாவுக்கேற்ற திரைக்கதையாக மாற்றும் ரச வாதம் இந்த டைரக்டருக்குக் கைவந்த கலை என்பதை 'பொய்க்கால் குதிரை' திரைக்கதை எனக்குப் புரிய வைத்தது.

நாடகத்தில் மங்கலாக இருந்த எனது பாத்திரம், திரைக்கதையில் கவிஞர் வாலியைக் குணச்சித்திர நடிகராக்குவதற்காக ஜொலிக்க ஆரம்பித்தது. கவிஞர் வாலியிடம் நடிகர் வாலி ஒளிந்து கொண்டிருக்கிறார் என்பதைக் கண்டு பிடித்த டைரக்டரை சினிமா கொலம்பஸ் என்று சுலபமாக... அழைக்கலாம்.

திரைக்கதைக்கு ஏற்றவாறு நான் எழுதிய வசனங்கள் சேது பாலம் கட்ட ராமருக்கு உதவிய அணிலின் செய்கைக்குச் சமமானவை.

இருந்தும் அந்தத் திரையுலக ராமர், வசனம் எழுதிய இந்த அணிலுக்குப் பாராட்டாகப் பலமுறை முதுகில் தட்டிக் கொடுத்து மூன்று கோடுகள் போட்டது மறக்க முடியாதது.

அடுத்து வந்தது படப்பிடிப்பு.

பாலசந்தர் என்ற ஒரு தனி மனிதர் நடத்திய அஸ்வமேத யாகம் என்றே அதைக் கூறலாம்...

எனது நாடகக் குழந்தையைத் தாலாட்டிச் சீராட்டி வளர்த்து பொய்க்கால் குதிரை என்ற பெரிய மனிதனாக்கிய அவருக்கு அனந்த கோடி நமஸ்காரங்கள்!

படப்பிடிப்பு நாட்களில் அவர் என்னோடும் என் குழுவின ரோடும் பழகிய விதம் எங்களால் மறக்க முடியாத அனுபவமாகும்.

அந்தப் பெரிய மனிதருக்கு ஏதாவது ஒரு விதத்தில் 'க்ளாப் பாய்' ஆக இருந்தால்கூடப் பரவாயில்லை உதவியாக இருக்க அடுத்த 'சான்ஸ்' கேட்கிறேன். தருவாரா....?

''பழைய காலத்து புரொஜக்டரை வெச்சுக்கிட்டு ஓட்டினா அடிக்கடி இப்படித்தான் சார் ஆயிடுது... ஆரம்பம் எது, முடிவு எதுன்னு தெரியாம திண்டாட வேண்டியிருக்கு!''

சின்ன வீடு

கணவன் 'சின்ன வீடு' வைத்திருக்கிறான் என்பதைக் கண்டுபிடிக்க ஏழு மாறுதல்கள் ஏற்பட்டால் மனைவி ஜாக்கிரதையாக இருக்க வேண்டும் என்று எச்சரிக்கிறார்கள். எனக்குத் தெரிந்து புத்திசாலியான கணவன் 'ஹவுஸிங் காலனி'யே வைத்திருந்தாலும் எந்த மாறுதலையும் ஏற்படுத்தாமல் அமுக்கமாக இருப்பான். அப்படியே அசட்டுக் கணவர்கள் வெளிப்படுத்திவிட்டாலும் மனைவிமார்கள் சந்தேகப்படக் கூடாது. 'ஜூலியஸ் சீஸரின் மனைவி சந்தேகத்திற்கு அப்பாற்பட்டவள்' என்பது ஜூலியஸ் சீஸருக்கும் பொருந்தும் என்பது என் கட்சி.

நீங்கள் சொல்லியிருக்கும் மாறுதல்கள் ஏற்பட்டால், அது ஏன் என்று விசாரிக்க மனைவிமார்களுக்குச் சில குறிப்புகள் சொல்கிறேன்.

1. கல்யாணம் பண்ணிக்கொண்டு பணத்தை மனைவயிடம் கொடுக்கும் கணவன் 'சின்ன வீடு' வைத்திருப்பதற்காக மட்டுமே. திடீரென்று குடும்ப நிர்வாகத்தை ஏற்றுக் கொள்ள மாட்டான். குதிரைப் பந்தயம். வெற்றிலை சீவல் இதற்காகவும் அவனுக்குப் பணம் தேவைப்படலாம். அதனால் எடுத்த எடுப்பிலேயே சந்தேகப்படாதீர்கள்.

2. சில போன்கள் சந்தேகத்தை ஏற்படுத்தவே செய்யும். திடீரென்று 'என்ன, இன்னிக்கு முடிச்சுடலாமா?' என்று டைப்பிஸ்ட்டிடம் கணவன் பேசிக் கொண்டிருக்கலாம். தீர ஆராய்ந்து பார்த்தால், அன்றைக்கு ஆபீஸில் நடக்க வேண்டிய பார்ட்டிக்கு டைப்பிஸ்ட்டிடம் பொறுப்பை ஒப்படைத்திருப்பான் கணவன். பைசா பெறாத சந்தேகமாகி விடும். அப்புறம் 'ஜானகி, ரமணி' என்றெல்லாம் பேசிக் கொண்டிருந்தால் அது ஆணா, பெண்ணா என்பதைக் கவனியுங்கள். ஜானகிராமனைச் செல்லமாக ஜானகி என்று கூப்பிட்டுக் கொண்டிருப்பார் உங்கள் கணவர்.

3. திடீரென்று வீட்டிற்கு நேரம் கழித்து வருவது. உங்கள் கணவர் எப்போதும் ஆபீஸில் வேலை வெட்டி இல்லாமல் இருக்க வேண்டுமென்ற அவசியமில்லை. எப்போதாவது 'இவருக்கும் வேலை கொடுத்துப் பார்க்கலாமே' என்று இரண்டொரு

வேலை ஆபீஸில் கொடுத்திருக்கலாம். இதனால தாமதமாக வீட்டிற்கு வரலாம். இதைப் பெரிதுபடுத்தாதீர்கள்.

4. கணவரின் உடை விஷயத்தில் மாறுதல் ஏற்பட்டாலும் சந்தேகம் திடீரென்று வரவேண்டிய அவசியமில்லை. '2000 ரூபாய் வாங்கிண்டு அம்மாஞ்சி மாதிரியே வர்றியே... டை கட்டிண்டு நீட்டா வரக்கூடாதா?' என்று மேலதிகாரி எழுப்பிய குரல்தான் காரணமாக இருக்கும். இதை வரவேற்பதை விட்டு விட்டுச் சந்தேகப்பட்டால் நியாயமில்லை.

5. உடலுறவில் திடீரென்று அதிகமாகவோ, குறைவாகவோ ஈடுபடுவது. இதற்கு, கணவர் சிறு வயதில் செய்த வயசுக் கோளாறு காரணமாக இருக்கலாம். முப்பது வயதுக்குள் கணவர் இருந்தால் சந்தேகப்படுவதை விட்டு வைத்தியர் காளிமுத்துவிடம் அழைத்துச் சென்று காண்பிப்பது நல்லது. முப்பத்தைந்து வயதுக்கு மேல் ஆகியிருந்தால் 'சனியன் ஒழிந்து போகட்டும்' என்று சும்மா இருக்க வேண்டியதுதான்.

6. கணவனின் பழக்க வழக்கங்களில் மாறுதல் ஏற்பட்டால் நீங்கள் அதிக கவனமாக இருக்க வேண்டும். சாதாரணமாக இருந்த மனிதன் திடீரென்று பூஜை, துறவறம் என்று உட்கார ஆரம்பித்து விட்டால், அவருக்கு வாழ்க்கையில் வெறுப்பு ஏற்பட்டுவிட்டது என்று அர்த்தம். அவருக்கு உங்களையே துறக்க வேண்டும் என்று எண்ணம் ஏற்பட்டிருக்கலாம். வீணாகச் சந்தேகப்படாதீர்கள். பதிலாக அவருக்கு வாழ்க்கையில் மீண்டும் பிடிப்பு ஏற்பட ஒரு சின்ன வீட்டை நீங்களே செட்டப் செய்தால்கூட நல்லது.

7. கணவன் 'ஷைலு... சூப்பர் மேன் போகலாமா?' என்று சொப்பனத்தில் உளறியதால் உங்கள் மனதில் 'கணவனைச் சந்தேகப்படு' என்று ஏதோ தோன்றியிருக்கலாம். ஆனால் விசாரித்து பாருங்கள். ஷைலு நிச்சயமாக ஷைலஜா என்ற பெண்தான். ஆனால் வயது இரண்டுதான் ஆகியிருக்கும். வீட்டில் குழந்தை இல்லை என்றோ, அல்லது பிடாரியாகக் குழந்தைகள் இருக்கிறதுகளே என்றோ அவர் ஷைலஜாவிடம் அன்பாக இருந்திருப்பார். 'சூப்பர்மேன் போகலாமா?' என்று அவர் உளறியதிலிருந்தே ஷைலு சின்னக் குழந்தைதான் என்பது உங்களுக்குத் தெரிந்திருக்க வேண்டாமா?

மேலே சொன்ன காரணங்களைக் கொண்டு 'கணவன் தீக்குளித்தால்தான் நம்புவேன்' என்று எசகு பிசகாகச் சொல்லி விடாதீர்கள். கணவனுக்கு இருக்கும் வேறு அலுவலகத் தொல்லைகளில், தீக்குளித்தாலும் ஆச்சரியப்படுவதற்கில்லை. அப்புறம் உங்கள் பாடு ஆபத்து!

இது இளையராஜாவின் இன்னொரு பக்கம்

வாலி-என்னைக் கவர்ந்த ஸ்ரீரங்கத்துத் தேவதை. வார்த்தைகளை இவர் வெற்றிலைப் பெட்டியில் வைத்திருக்கிறார். அதனால்தான் இவர் பாடல்களை என்றும் அசை போட்டுக் கொண்டிருக்கிறார்கள். நான் தயாரிக்கும் இதழுக்காகக் கவிதை கேட்டபோது 'இளையராஜாவைப் பற்றி இது வரை யாரும் அறியாத அவரது பலமான இன்னொரு பக்கத்தைத் தருகிறேன்' என்றார். எனது சிறிய சினிமா அனுபவத்தில் என்னை மிகவும் கவர்ந்தது பாடல்இசை பிரசவம். எதுகையும், மோனையுமாக இளையராஜாவும், வாலியும் வாழ்கிறார்கள். எதுகை இளையராஜா பற்றி, மோனை வாலி பின் கவிதைக் கிடைத்தது சந்தோஷம் என கூறியபோது ''எதுகை மோனை என்று கூறுகிறாய். நான் தரப் போவது புதுக் கவிதை,'' என்றார்.

கேட்டு வாங்கிய கவிதை.

இவன்
மோப்பக் குழையும்
அனிச்சம்;
மற்றவர்
மூச்சுக் காற்றும்
மேலே பட்டால்
விதிர்ப்பான்;
மந்திரி யானாலும்
மூன்றடி தள்ளிதான்!
இருநூற்று நாற்பத்தியேழு
எழுத்துகளில்
அக்கன்னா எப்படி?
இவன் அப்படி!

ஜன சமுத்திரத்தின் நடுவே
ஒரு
தீவாக இருப்பதற்காகவே
ஜனித்த மாதிரி...
இவனை
எல்லா உயிரும்
கைகூப்பித் தொழும்;
புலால் மறுத்தவன்.
ஆரவாரங்கள்தான்
இவனுக்கு
ஆகாரம் போடுகின்றன;
இருப்பினும்
முதல் மரியாதை

மௌனத்திற்குத் தான்!
ஓசைகளே
ஆசைகளுக்கு வித்து
எனும்
சித்தர் பாடத்தை
சிலாகிப்பவன்!

தன்னால் வளர்ந்தவர்களே
தனக்கு வினையாகிறார்கள்
என்று
அனுபவ ஞானம்
இவனை
அச்சுறுத்தி யிருப்பதால்
தற்போதெல்லாம் இவன்
தன்
தலைமுடியைக் கூட
வளர விடுவதில்லை;
நீட்டலே இன்றி
மழித்தல் தான்!
அதே நேரத்தில்
ஊழிற் பெருவலி யாவுள
என்பதும் இவனுக்கு
உடன்பா டானதே!

★★★★★★★

இவனது
ஆரம்ப நாட்கள்
அமாவாசையாக இருந்தபோது
ஓர் அருணாசலத்தால்தான்
பௌர்ணமி வந்தது!
அதனால்தானோ என்னவோ
பௌர்ணமி தோறும்
இவன்
அருணாசலத்திற்குப்
போய் வருகிறான்!

மாதா மாதம்
தலையைச் சுற்றும் வெய்யிலில்
இவன் மலையைச் சுற்றுவது
தன்னைத் தானறிய;

கோபுரம் கட்டிய
இந்த ராஜாவிற்கு
கோவணம் கட்டிய
ரமணர்தான் குரு!
மயிலாசனத்திற்கு
வசதியிருந்தும்
மான் தோலாசனம் தான்;
தேகம் வெள்ளாடைகளை
தரித்தாலும்
மனம் காவியைத்தான்
கட்டிக் கொண்டிருக்கிறது!

★★★★★★

புரவி பாளையத்தில்
ஒரு
துறவியின் லாயத்தில்
இவன் மனக்குதிரை
கட்டப்பட்டிருக்கிறது;
அதனால் தான்
அது இவனுக்குக்
கட்டுப் பட்டிருக்கிறது!
ஒரு திருமண மண்டபத்தில்
முன்னம் இவனொரு
வேள்வித் தீயை வளர்த்தான்;
அதே நேரத்தில்
என் மனத்தில்
ஒரு
கேள்வித் தீயையும்
வளர்த்தான்!
இவன்
சேக்கிழாராகப் போகும்
பரஞ்சோதியா?
அல்லது
கௌதமனாகப் போகும்
சித்தார்த்தனா?
லௌகிக வாழ்க்கையில்
மட்டுமே
லயித்து விடாமல்
ஆத்மானுபூதியை அடைய

வேண்டி
ஓர்
ஆதுரம் இவனுள்
அரும்பி நிற்பது கண்டுதான்
இவன்பால் எனக்கு ஓர் ஈர்ப்பு!

இதுவரை
எத்துணையோ பத்திரிகைகளில்
இவன்முகம்
அச்சேறி யிருக்கிறது;
இப்போதுதான்
முதன் முதலாய்
இவன் அகம் அச்சேறுகிறது!

வீட்டுக்காரர் : ''ஏம்பா, ஜயபால், பால் என்ன இவ்வளவு ஜலமாக இருக்கு. ஒண்ணா நல்ல பால் கொண்டுவா. இல்லைன்னால் உன் பேரை ஜலபால்னு மாற்றிக்கோ.''

சினிமாவா, வேண்டாம் சார்!

சொந்த வேலையாகப் பெங்க ளூருக்குச் சென்றுவிட்டு அன்று மாலை நான் சென்னை திரும்பினேன். வீட்டுக்குள் நான் நுழையும்போதே என் தாத்தா வழி மடக்கினார்:

''மோகன்... கலாகேந்திரா ஆபீஸ்லேருந்து உன்னைத் தேடி கார் வந்தது...

''உன்னை உடனே அவங்க ஆபீசுக்குப் போன் பண்ணச் சொன்னாங்க...'' இது என் பெரியப்பா.

''பாலசந்தர் தன்னோட அடுத்த படத்திற்கு கதை, வசனம் எழுத்தான் உன்னைக் கூப்பிடறார்னு நினைக்கிறேன்...'' என் உடன்பிறப்பு!

எனக்குக் கை, கால்கள் நடுங்க ஆரம்பித்தன. உள்ளம் மகிழ்ச்சியால் பூரித்தது. அருகில் இருக்கும் டெலிபோன் 'பூத்'துக்கு ஓடி, கலாகேந்திராவின் நம்பரைக் கிழிந்துபோன டைரக்டரியில் தேடி டயல் செய்தேன்.

''ஹலோ... கலாகேந்திராவா... நான் கிரேஸி மோகன் பேச றேன்..''

''ஹலோ மோகன்... நான் பாலசந்தர்... உடனே எங்க ஆபீசுக்கு கொஞ்சம் வரீங்களா...?''

''கால் மணி நேரத்துலே வரேன் சார்...''

வீட்டுக்கு ஓடிப் போய்க் குளித்தேன். 'ஜாய்ஃபுல் கலாகேந்திரா' என்று இஷ்டத்துக்குப் பாடினேன்! படு அமர்க்களமாக டிரஸ் செய்து கொண்டு புறப்பட்டேன்.

கலாகேந்திரா ஆபீஸின் வரவேற்பு அறையில் நானும் என் நண்பன் கிச்சாவும் (இவன் எனக்கு வால் மாதிரி!) காத்துக் கொண்டிருந்தோம். கலாகேந்திரா துரை எங்களிடம் வந்து தன்னை அறிமுகப்படுத்திக் கொண்டார்.

''நாங்க 'காட்ட மீட்டா' இந்திப் படத்தைத் தமிழில் எடுக்கப் போறோம். அதுக்கு நீங்க வசனம் எழுதணும்...'' துரை பேசிக் கொண்டிருக்கும்போதே பாலசந்தர் அறைக்குள் நுழைந்தார்.

''மோகன், நாளைக்கு சாயங்காலம் தேவி மினியிலே 'காட்டா மீட்டா' புரொஜக்ஷன் இருக்கு... போய்ப் பாருங்க. ஒரு ஐடியா கிடைக்கும்... கதையைக் கொஞ்சம் மாற்றி நம்ப ஜனங்களுக்கு ஏற்ற மாதிரி எழுதணும்...'' படபடவென்று பேசி விட்டு பாலசந்தர் விடை பெற்றார்.

மறுநாள் ஆபீசுக்கு பர்மிஷன் போட்டு விட்டு, தேவி மினிக்கு நான் போய்ச் சேரும்போது மணி 645. இருநூறு பேர் உட்காரக்கூடிய அரங்கில் நானும் கிச்சாவும் மட்டும் உட்கார்ந்தோம். அரிக்கேன் விளக்கு வெளிச்சத்தில், கொஞ்சம் பயமாகக்கூட இருந்தது!

சிறிது நேரத்தில் துரை வந்தார். அவரோடு வந்த இன்னொரு நபரை எங்கேயோ பார்த்த மாதிரி இருந்தது. பிறகுதான் புரிந்தது. அட, நம்ப விஷ்ணுவர்த்தன்! கன்னட நடிகர்!

விஷ்ணுவர்த்தனுக்குப் பக்கத்தில் உட்கார்ந்திருந்த கிச்சாவுக்குப் படுகுஷி! நடிகரின் இடது கையை உராய்ந்த படியேதான் அவன் முழுப் படத்தையும் பார்த்தான்!

எனக்கும், கிச்சாவுக்கும் இந்தி தெரியாது. அதனால் விஷ்ணு வர்த்தன் சிரித்த இடங்களிலெல்லாம் நாங்களும் சிரித்தோம்! அவர் 'ச்சூ' என்று பல்லி கொட்டியபோது நாங்களும் பல்லி கொட்டி னோம். படம் முடிந்ததும் துரை என்னிடம் அபிப்பிராயம் கேட்டார்.

''கதை சுமாரா இருந்தாலும் ஸ்டோரி நல்ல பவர்ஃபுல்லா இருந்தது...'' பழைய ஜோக்கை அடித்தேன்! படத்தின் இடையே பிஸ்கெட்டும், காபியும் கொடுத்தார்கள். ஓவர் லோடினால் மப்பு தட்டிப்போய் கிச்சா பாதிப் படத்தில் தூங்கி விட்டான்!

இரண்டு நாட்கள் கழித்து ஓட்டல் சவேராவில் பாலசந்தருடன் டிஸ்கஷன் நடந்தது. நான் ஓரளவு தயாரித்து வைத்திருந்த திரைக்கதையை அவரிடம் கூறினேன். கன்னத்தில் கையை வைத்துக் கொண்டு கே.பி. நீண்ட நேரம் யோசனை செய்தார். திரைக்கதையமைப்பு திருப்தி அளித்துவிட்டது போல் அவருடைய முகபாவம் காட்டியது. நான் பேசாமல் உட்கார்ந்து கொண்டிருந் தேன். அவரும் யோசனையிலேயே இருந்தார்! கன்னத்திலிருந்து கையை எடுக்கவேயில்லை. 'டிஸ்கஷன்' அன்று முடியும்போது நேரம் நள்ளிரவு! கடைசியில் தமிழ் கதாநாயகனுக்கு ஆறு குழந்தைகள்; கதாநாயகிக்கு ஆறு குழந்தைகள் என்று ஏகமனதாகத் தீர்மானிக்கப்பட்டது.

''இன்னொரு தடவை இது மாதிரி லேட்டா கீட்டா வந்தே, கதவையே திறக்க மாட்டேன் ராஸ்கல்!'' என்று வீட்டில் என்னை 'வரவேற்றார்' என் தந்தை.

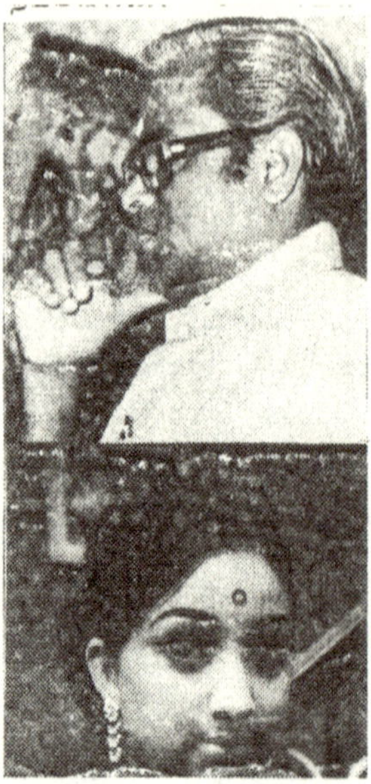

'என்னடா மோகன்! நீ பேசினா புளிச்ச வாசனை வருது!'' என்று எதையோ சம்பந்தமில்லாமல் மோப்பம் பிடித்தாள் என் தாய். நான் வாயை ஊதிக் காட்டினேன். நம்பவில்லை. கற்பூரத்தை ஊதி அணைத்தேன்!

இடையில் பாலசந்தர் வெளிநாடு போய் விட்டதால் 'காட்டா மீட்டா'வைத் தமிழில் டைரக்ட் செய்யப் போகும் நடிகை லட்சுமியுடன் ஒரு வாரம் டிஸ்கஷன் நடந்தது. நான் ஏற்கெனவே பாலசந்தருடன் விவாதித்ததை லட்சுமியிடம் கூறுவேன். அவர் நான் சொன்னதையே வரிக்கு வரி திரும்பிக் கூறிவிட்டு, தான் புதுசாக எதையோ சொல்லிவிட்டது போல் 'இது எப்படி இருக்கு?' என்று கேட்பார். நானும் ஒரு போலிப் புன்னகையுடன், 'பிரமாதமாக இருக்கு' என்பேன். ஒவ்வொரு நாளும் லட்சுமியுடன் 'டிஸ்கஷன்' முடிந்து வீடு திரும்பும் போது மணி 1130 ஆகிவிடும். வீட்டில் கதவைத் திறக்க மாட்டார்கள்! பின்பக்கம் போய் மரத்து மேல் ஏறி, மொட்டை மாடிக்குள் குதித்து 'திருடன்' மாதிரி என் ரூமுக்குள் நுழைவேன்!

எங்கள் டிஷ்கஷன் தொடர்கதையாக நீண்டது. படத்தில் பன்னிரண்டு குழந்தைகள் இருக்க வேண்டும் என்று சொல்லிவிட்டு பாலசந்தர் வெளிநாடு போய்விட்டார். லட்சுமியோ ஆறு குழந்தைகள் போதும் என்றார். கலாகேந்திரா கோவிந்தராஜனோ, 'இப்போதைக்கு 12 குழந்தைகள் வச்சுக்குங்க... டைரக்டர் வந்ததும் மீதியைப் பார்த்துக்கலாம்...' என்றார்.

எனக்கு லேசாக அலுப்புத் தட்ட ஆரம்பித்தது. வீட்டிலும் என்னுடைய சினிமா உலகப் பிரவேசத்திற்குப் பலத்த எதிர்ப்புக் கிளம்பியது. உறவினர்கள் முணுமுணுத்தார்கள். மாமனாருக்குப் பரம அதிருப்தி! தன்னுடன் நான் இருக்கும் நேரம் குறைந்து கொண்டே வந்ததைக் கண்ட என் மனைவி கண்ணீர் சிந்த ஆரம்பித்தாள். எனக்கும் இந்த சினிமா புரியவில்லை. அவர்களுடைய 'வேக'த்தோடு என்னால் ஈடு கொடுக்க முடியவில்லை.

கூப்பிட்டு அனுப்பிய போதெல்லாம் போகாமல் தாமதம் என்ற பெயரில் எனக்கும் கலாகேந்திராவுக்கும் இருந்த இடைவெளியை வேண்டுமென்றே அதிகரித்துக் கொண்டு, 'லேஸி' மோகன் என்று

பெயர் பெற்று வெளியேறினேன்!

எனக்குப் பதிலாக விசு வசனம் எழுதப் போகிறார் என்ற செய்தி என் குடும்பத்திற்குத் தேனாக இனித்தது. ஊரிலிருந்து என் மாமனார் எழுதினார்:

''உங்களுக்குக் கிடைத்த சினிமா சான்ஸ் பறி போய் விட்டது! என்று அறிந்தேன் ரொம்ப சந்தோஷம்!''

நெருப்பான அருணாசலத்தையும் (திருவண்ணாமலை தீபம்) பஞ்சையும் பக்கத்தில் பக்கத்தில் பெயராக வைத்துக் கொண்டிருக்கும் இவர். பெயரைப் போலவே வினோதமானவர். இந்தப் பஞ்சு திரியாக மாறிப் பக்கத்து நெருப்பில் பட்டு திரையில் உள்ள பலர் வாழ்க்கையில் ஒளிகாட்ட தீபமாக எரிந்திருக்கிறது.

கதை, திரைக்கதை, வசனம், பாடல்கள், தயாரிப்பு தற்போது டைரக்ஷன் என பல துறைகளை ஷர்ட் பாக்கெட்டில் வைத்திருக்கும் ஜாம்பவான்.

''காக்காநரி'' கதையைக் கூட கமர்ஷியலி வெற்றியாக்க, திரைக் கதை தயாரிக்கத் தெரிந்தவர். இவர் தொட்டதெல்லாம் துலங்கும். அதே சமயம் துலங்கும் என்று தெரிந்ததை தேடிப் பிடித்து தொட்டுத் தூக்கி விடுபவர்.

அபூர்வ சகோதரர்கள் படத்தின் மூலம் இவர் தொடர்பு எனக்கு கிடைத்தது. இவரது சொந்த படமான 'மைக்கேல் மதன காமராஜனுக்கு' வசனம் எழுத அனுமதித்து அந்தத் தொடர்பை தொடர வைத்திருக்கிறார். என் அனுபவத்தில இவரது அமோக வெற்றிகளுக்குக் காரணம், எதையும் ஆடியன்ஸில் ஒருவராகத் தன்னை இருத்திப் பார்க்கும் ஆர்வம். சுருக்கமாகச் சொல்லப் போனால் எவரிடமும் ''பரவாயில்லை அப்படியா..... ஆகட்டும்... அதனாலென்ன... செஞ்சுட்டா போச்சு... சரி....'' என்று ஜனரஞ்சகமாக ஆதரவு தெரிவித்து எளிமையாகப் பேசும் 'சினிமா' காமராசர்.

'கிரேஸி' தோரணங்கள்!

''நீதான் மாதுவா?''

''இல்ல சார். நான் மாதுவோட ஃப்ரெண்ட் சீனு.''

''அப்போ மாதுங்கற'து?''

''சீனுவோட ஃப்ரெண்ட்!''

★★★

''ரொம்பப் புத்திசாலி பசு அது. நான் என்ன கேட்டாலும் கரெக்டா பதில் சொல்லும். இப்போ கேக்கறேன் பாருங்க. 'லட்சுமி! ராஜீவ் காந்திக்கு இந்திரா காந்தி என்ன உறவு?'''

''ம்மா:...!''

★★★

''அப்பா! நீங்க என்னைவிட சீனுவைத்தான் ரொம்ப நேசிக்கிறீங்க. விட்டா, சீனு பேருக்கே உயில்கூட எழுதி வெச்சிடுவீங்க போலிருக்கு.''

''சேச்சே...! வக்கீல்கிட்ட 'சீனு பேருக்கு உயில் எழுதக் கூடாது'னு அழுத்தம் திருத்தமா சொல்லிடுவேன். '

''தமிழ் சினிமாவுல வர்ற மாதிரி 'சீனு பேருக்கு... சீனு பேருக்குனு' சொல்லிட்டு, பொட்டுனு உயிரை விட்டுட்டீங் கன்னா...?''

''டாக்டர்! நீங்க மருந்து போட்டதும் கண் எரியுதே?''

''ஒரு பதினஞ்சு நிமிஷம் அப்படித் தானிருக்கும்.''

''அப்புறம் சரியாயிடுமா டாக்டர்?''

''யாருக்குத் தெரியும்?!''

★★★

'' 'பாண்ட் பின்னாடி கிழிஞ்சிருக்கு! தைச்சு வைடி'னு என் மனைவிகிட்ட சொன்னேன். அவ தைக்கவே இல்லை. நானும் கவனிக்காம அப்படியே போட்டுக்கிட்டுப் போயிட்டேன். ஆபீஸுக்குப் போனதும் ஃப்ரெண்ட்ஸுங்கெல்லாம் 'என்னடா இது போஸ்ட் ஆபீஸ்'னு கிண்டல் பண்ணாங்க. திரும்பிப் பார்த்தால், கிழிசல் அப்படியே இருக்கு. அதுல நாலைந்து லெட்டர்ஸ்கூட இருந்திச்சு.''

★★★

''ஏன்னா... நீங்க என்ன சொன்னேள்? 'உட்கார்ற

இடத்துல கிழிஞ்சிருக்கு, தை'னு சொன்னேள். நீங்க எங்கெங்கே உட்காருவேள்னு எனக்கென்ன தெரியும்? சோபா மேல உட்காருவேள். அதைத் தைச்சுட்டேன். ஸ்கூட்டர் ஸீட் மேல உட்காருவேள்... அதையும் தைச்சுட்டேன். வேறெதைத் தைக்கறது?''

★★★

''மனைவியை Push பண்ணி வெச்சிருக்கான் இவன்.''

'Push ஆ?''

''ஒண்ணுமில்ல சார்! மனைவியைத் தள்ளி வெச்சிருக்கேன்னு அதை இங்கிலீஷ்ல சொல்றான்.''

'கிரேஸி' மோகனின் 'மதில்மேல் மாது' நாடகத்திலிருந்து...

- படுதலம்

இந்தப் பெயரில் அப்படி என்ன விசேஷம்

கிரேஸி மோகனின் எல்லா நாடகங்களிலும் (மொத்தம் 10) கட்டாயமாக நடிக்கிறார் ஆர். பாலாஜி. மோகனின் தம்பி.

இத்தனை நாடகங்களில் நடித்தாலும் கொஞ்சம்கூட அவருக்கு பெயர்க்குழப்பம் வராது. காரணம் அத்தனை நாடகங்களிலும் இவரது கதாபாத்திரத்தின் பெயர் ஒன்றே மாது.

- பாமா கோபாலன்

ஹிஸ்டரி ஆஃப் தி வேர்ல்ட்

ஆபாசமா? வேடிக்கையா?

உலக சரித்திர நிகழ்ச்சிகளை நகைச்சுவையின் ஓர் அம்சமான நையாண்டிக் கண்ணோட்டத்தில் பார்த்து, தான் ரசித்ததை பெறுக இவ்வையகம் என படமாகத் தந்திருக்கிறார் மெல் ப்ருக்ஸ்.

சீசர், கிளியோபாட்ரா, போன்ற சரித்திரப் புள்ளிகளுக்கு வெகுஜன இமேஜைத் தந்ததே சினிமாக் காமெராதான். அதே காமெராவால் அந்த இமேஜைப் பலர் சிரிப்பதற்காக (சிரித்துக் கொண்டிருக்கிறார்கள் தேவியில்) சற்றே வேறுவிதமாகச் சித்திரித்திருப்பது அப்படி ஒன்றும் நெற்றிக்கண் குற்றமாக எனக்குப் படவில்லை.

ஒரு வேளை நிஜ சீசரே நேரில் தோன்றினால்கூட அவருக்கு ரிச்சர்ட் பர்ட்டன் ஜாடை இல்லாவிட்டால் இவர் சீசர்தானா, இல்லை மாறுவேடத்தில் வந்த நடிகரா என்று சரித்திரத்தில் நூற்றுக்கு நூறு வாங்கியவர்களுக்கே சந்தேகம் வரும் அளவிற்கு சினிமா நம்மைப் பாதித்திருக்கிறது.

இப்படியாக, நமது சரித்திர ஞானம் வியாபித்திருக்கும் பட்சத்தில் 'இப்படித்தான் சீசர் இருந்தார்', என்றோ அல்லது 'இப்படி இருந்தால் இரண்டு மணி நேரம் நாம் மனம் விட்டுச் சிரிக்கலாம்' என்றோ யோசித்து மெல் ப்ருக்ஸ் சுற்றிய ரீல்கள் அப்படி ஒன்றும் ஆட்சேபத்திற்குரியதாகப் படவில்லை.

என்ன, ரோமானிய ராணியின் விகல்பங்களைச் சற்று விஸ்தாரமாகச் சித்திரித்து அவளை ஒரு மதன காமராஜராகக் காட்டியுள்ளார்கள்.

இது மாதிரியாக. துர்வாசருக்குப் பிடிக்காத சில வயதுக்கு வந்த காட்சிகளால்தான் படம் சக்கைப்போடு போடுகிறது என்று சொல்ல முடியாது. காரணம், இது மாதிரி ஆபாசங்களுக்கு மாதா பிதாவாகக் கருதப்படும் பல ஆங்கிலப் படங்களைச் சினிமா ரசி

கர்கள் வந்த வாரத்திலேயே விரட்டி அடித்து இருக்கிறார்கள்.

ஆங்காங்கே ஆபாசம் இருந்தாலும் அடித்தளமாக நகைச்சுவை இருப்பதால்தான் இப்படம் இன்னமும் ஓடிக் கொண்டிருக்கிறது. நையாண்டிக்காகவே எடுக்கப்பட்டாலும், சும்மா சொல்லக் கூடாது மனிதர் (மெல் ப்ருக்ஸ்) கிளியோ பாட்ரா, பைபிள், டென் கமாண்ட் மெண்ட்ஸ் போன்ற படங்களுக்குச் சமமான பிரும்மாண்டத்தை இதிலும் காட்ட இஷ்டப்பட்டிருக்கிறார். சின்சியரிட்டி அஃப் பர்ப்பஸ்.

மிகவும் கர்ம சிரத்தையாக எடுக்கப்பட்ட கெட்ட வார்த்தைப் படம் என்று வேண்டுமானால் வைத்துக் கொள்ளலாம். அப்படியே கெட்ட வார்த்தை என்று பார்த்தாலும் அதுதான் 'ஏ' சர்டிபிகேட் கொடுத்து விட்டார்களே, அப்புறம் என்ன அங்கலாய்ப்பு?

படத்தின் துவக்கத்தில் எட்டு ஆதிமனிதர்களை (அபாரமான கற்கால வாயிலை.) தாங்கள் வயதுக்கு வந்த லாகிரியில் சந்தோஷக் கூச்சலிடுவதைக் காட்டி நமது மூதாதையர்கள் என்று டைட்டில் போடுவது பளீரென்று சிரிப்பை வரவழைக்கிறது. அப்புறம் என்ன சார், சொன்னால் பாவம் சிரித்தால் போச்சு போடி தங்கச்சி.

அடுத்ததாகப் பாறாங்கல் ஓர் காலில் போட்டு அதனால் பாதிக்கப்பட்டவள் எழுப்பும் ஒப்பாரியிலிருந்துதான் சங்கீதம் பிறந்ததாக மெல் ப்ருக்ஸ் சொல்லியிருப்பதைப் பார்க்கும்போது, ஒரு வேளை சீசனுக்கு இங்கு வந்திருந்தால் மனிதர் சுப்புடுவுக்குப் போட்டியாக இருந்து இருப்பாரோ என்று எண்ணத் தோன்று கிறது.

இந்தப் படத்தில் சற்று ஓவர் என்று பார்த்தால் சீசரை திடகாத்திர சொரூபனாகக் காட்டியதோடு நில்லாமல் அவனது இயற்கை உபாதைகளை வெளிப் படுத்தியிருப்பது சற்று ஊழலாகப்படுகிறது.

ஏசுவின் 'லாஸ்ட் சப்பர்' காட்சியில் மெல் ப்ருக்ஸ் பேரராக நுழைந்து ''இட்லி வடை ரவாதோசை...'' என்று பதார்த்தங்களை ஒப்பிக்கும் காட்சி அட்டகாசம். பாவிகளையே மன்னிக்கச்

சொல்லிய ஏசுபிரான். இந்தக் காட்சியில் நம் கவலைகளை மறந்து நாம் சிரிப்பதற்காக வரும் அப்பாவி பேரர் மெல் ப்ருக்ஸையும் நிச்சயம் மன்னிப் பார்.

'கடைசி சாப்பாட்'ட்டை ஓவியமாகத் தீட்டுவதற்காக பெயிண்ட் பிரஷ் சகிதமாக வரும் லியர்னாடோ டாவிண்சி, கிறிஸ்துவையும் அவரது சகாக்க ளையும்தான் வரையப் போகும் ஓவியத்திற்குத் தக்கவாறு வரிசையாக உட்காரச் சொல்வது மிக உயர்ந்த ரக காமெடி.

இந்த லாஸ்ட் சப்பர் காட்சியின் பிரேமையும் டாவின்ஸியின் பிரபல ஓவியத்தையும் ஒப்பிட்டால் குறைந்த பட்ச வித்தியாசமாக பேரர் மெல் ப்ருக்ஸ் ஒருவர் பின்னால் நிற்பது ஒன்றுதான் நமக்குப் புலப்படும்.

பிரெஞ்சுப் புரட்சிக்குக் காரணமான பஞ்சம் பிரான்ஸில் தலைவிரித்து ஆடுவதைச் சொல்லியிருக்கும் விதம் உச்சகட்ட நையாண்டி. கடைத்தெருவில் ஒருவன் கூறு எட்டணா என்று உரத்து கூவிய வண்ணம் இறந்த எலிகளை விற்றுக் கொண்டிருக்கிறான். மற்றொருவன் காலியான ஒரு கை வண்டியை வைத்துக் கொண்டு ''வாருங்கள் கனவான்களே! என்னிடம் விற்பதற்கு ஒன்றுமேயில்லை,'' என்று சிரத்தையாகக் கூவிக் கொண்டிருக்கிறான். பிரான்ஸில் அவ்வளவு வறட்சியாம்.

பிரெஞ்சு மன்னனின் அரண்மனையில் உள்ள அதிகாரிகள் அல்ப சங்கை (Piss) செய்து கொள்வதற்கு வசதியாகக் கையில் பக்கெட்டோடு மேல் ப்ருக்ஸ் (பிஸ் பாய்) அலையும்போது படம் பார்க்கும் சிலருக்குத் தமது அல்ப சங்கை ஞாபகம் வந்துவிடுவதால் பாவம் இரண்டாவது இடைவேளை விடுவார்களா என்று ஏங்க ஆரம்பிக்கிறார்கள்.

கடைசியாக, சில காட்சிகளைத் தவிர்த்துவிட்டால் 'ஹிஸ்டரி ஆப் தி வோர்ல்டு' குடும்பத்தோடு பார்க்க வேண்டிய படம்தான்....

தவிர்க்க வேண்டிய அந்தச் சில காட்சிகளையும் குடும்பத் தோடு பார்க்கலாம். குடும்பம் நம்முடையதாக இல்லாத பட்சத்தில்!

டாக்டர்கள் பலவிதம்

பிரும்மா, விஷ்ணு, சிவன் போல, நமது அன்றாட வாழ்க்கைக்கு அவசியமான புரொபஷனல் மும்மூர்த்திகள் டாக்டர், இன்ஜினீயர், வக்கீல். இவர்களில் இன்ஜினீயரையும் (விக்கெட் கீப்பர் அல்ல, வீடு கட்டுபவர்) வக்கீலையும், விரும்பினால் சாகும் வரையில் சந்திக்காமலேயே இருந்து விடலாம்.

உதாரணமாக, கடைசி காலம் வரையில் வீட்டைக் கட்டிப் பார்க்காமல், அல்லது கட்டப் பவிஷு இல்லாமல் திருவல்லிக் கேணியிலோ, சிந்தாதிரிப் பேட்டையிலோ, மேற்கு மாம்பலத்திலோ ஒண்டுக் குடித்தனத்தில் ஐம்பது ரூபாய் வாடகை தந்து கொண்டு (கோயில் வீடாக இருந்தால் அதுவும் தரவேண்டாம்) காண்ட்ராக்டர், மேஸ்திரி, வீட்டின் வரைபடம் தயாரிக்கும் சிவில் இன்ஜினீயர் (பாதிக்கு மேல் கிரிமினல் இன்ஜினீயர்) போன்றவர்களின் சங்காத்தமே இல்லாமல் தப்பித்து விடலாம்.

அதே போல, கலகாரியமாக உயில் என்று ஒன்று எழுதுவதற்கு, பிதுரார்ஜித சொத்து எதுவும் கிடையாததாலும், எதற்காகவாவது நஷ்டஈடு கேட்கக் கூடத் தேவையான மானம் நம்மிடையே இல்லாததாலும், திருமணம் நடந்த மறுநாளே தோன்றும் விவாகரத்து எண்ணத்தைச் செயல்படுத்தாமல் பல்லைக் கடித்துக் கொண்டு முப்பது வருடத் தாம்பத்தியம் நிகழ்த்த முடிவெடுக்கும் பாரதப் பண்பினாலும், நீதிமன்றத்தின் படியேற வேண்டிய நிர்ப்பந்தத்தைத் தவிர்த்து வக்கீல் சார் சிநேகிதத்தையும் ஒதுக்கி விடலாம்.

ஆனால், தும்மல், தேமல், தலைவலி, வாயு உபத்திரவம், வயிற்றுப்போக்கு, சேத்துப்புண் போன்ற சைத்தான்களை ஓரம் கட்ட முடியுமா...?

அப்படியே யோகம், உடற்பயிற்சி, சத்துணவு, சூரிய நமஸ்காரம் என்று தேகத்தைக் கன்னி கழியாமல் நாம் பாதுகாத்தாலும், ஆண்டுக்கு ஒரு முறை நமது இரு விழிகளைத் தாக்கி சிவப்புக் குளமாக்கும் 'மதராஸ்ஐ' யாவது வந்து விடுவதால் மரியாதையாக வைத்தியரை நாட வேண்டியிருக்கிறது!

விருந்துக்கு அழைக்க விரும்பும் பத்து விருந்தாளிகள் யார் என்று கேட்பது போல, உங்கள் வாழ்க்கையில் மறக்க முடியாத பத்து நபர்களை யார் என்று யாரை வேண்டுமானாலும் கேட்டுப் பாருங்கள். அவர்கள் கூறும் பத்து பேரில் ஒருவராவது அலோபதி டாக்டராகவோ, ஹோமியோபதி வைத்தியராகவோ, அல்லது குறைந்த பட்சம் பச்சிலை சித்தராகவோ இருப்பார்.

காண்ட்ராக்டரையோ, மேஸ்திரியையோ நாம் குடும்ப காண்ட்ராக்டர், குடும்பமேஸ்திரி. குடும்பகொத்தனார், குடும்ப சித்தாள் என்று கூறுவதில்லை. டாக்டர் ஒருவருக்குத்தான் குடும்ப வைத்தியர் என்ற செல்லமான அந்தஸ்து அளிக்கப்படுகிறது!

இரண்டு கடிகாரங்கள் ஒத்துப் போகாததைப் போல, இரண்டு வைத்தியர்கள் ஒத்துப் போனதாகச் சரித்திரமே கிடையாது.

தீப்புண், வெட்டுக்காயத்துக்கு ஒரு டாக்டர் பர்னால் தடவச் சொன்னால், அதே புண், காயத்திற்கு அடுத்த டாக்டர் மாவு வைத்துக் கட்டச் சொல்வார். அறிவுகெட்ட தீப்புண் வெட்டுக்காயமும் இரண்டு சிகிச்சைகளுக்கும் ஏமாந்து போய் பலனளித்துக் குணமாகும். சில டாக்டர்கள் பாதத்தில் மறைந்த முள்ளை எடுக்கும் போதுகூட பேஷண்ட்டுக்குப் பெருவாரியாக மயக்க மருந்து கொடுத்து போதையில் ஆழ்த்துவார்கள். வேறு சிலர் நோயாளியின் பாதம் எது, பாதத்தில் வந்துள்ள கொப்பளம் எது என்று பாகுபடுத்த முடியாத அளவுக்கு பலூனாக வீங்கியுள்ள பாதத்தை நோயாளியின் கண் எதிரிலேயே பலாத்காரம் செய்வார்கள்.

சுருங்கச் சொன்னால் 'மருந்துக்கு'கூட ஒரு டாக்டரைப் போல இன்னொரு டாக்டர் இருப்பதில்லை!

மாட வீதியிலிருந்த ஒரு டாக்டர் ஒரு காலத்தில் எங்கள் குடும்பத்திற்கு ஆஸ்தான வைத்தியராக இருந்தார். இவர் ஒரு ஈ.என்.டி. ஸ்பெஷலிஸ்ட். தொண்டை, நாசி, செவிப்பறை இந்த மூன்று அவயவங்கள்தாம் உலகிலுள்ள அனைத்து வியாதிகளுக்கும்

மூல காரணம் என்பது இவரது தியரி. கான்சரிலிருந்து கக்குவான் இருமல் வரை எந்த வியாதி கூறினாலும் இவர் உடனே ஒரு குச்சியில் பஞ்சைச் சுருட்டி அதை ஒரு சொல்யூஷனில் தோய்த்து உள் தொண்டையைக் கிச்சுகிச்சு மூட்டி விட்டு, கடைசியாக காதில் அழுக்கு எடுக்கிறேன் பேர்வழி என்று சிரிஞ்ஜால் காதில் ஓங்கார பிரணவம் ஒரு வாரம் கேட்கும்படி சுடுவார்.

இந்த அழகில் இவருடைய க்ளினிக் ஒரு வீட்டின் இரண்டாவது மாடியில் இருக்கிறது. க்ளினிக்கை அடைய முழங்கால் முடிச் சாகக் குறுகலான மரப்படிகள், ப்ளட்ப்ரெஷர் அதிகம் உள்ளவர்கள் படிகளில் ஏறி இவரைப் பார்ப்பதற்குள் யமதர்மனைப் பார்த்து விடுவார்கள்!

காலை நேரங்களில் கூட்டம் அதிகமாகி முதல் மாடி வரை படிகளில் விக்கிரமாதித்தன் பொம்மைகளாக நோயாளிகள் அமர்ந்திருப்பார்கள்.

பள்ளிக்கூடம் லீவு போட அஜீர்ணம் என்று பொய் சொல்லி பெற்றோரோடு வந்த பிள்ளைகள் நேரம் ஆக ஆக நோயை மறந்து மரப்படிகளின் கைப்பிடியில் சறுக்கு மரம் விளையாட ஆரம்பித்து விடுவார்கள்.

பச்சை, நீலம், சிவப்பு ஊதா என்று வானவில்லின் ஏழு வர்ணங்களிலும் இவரே மருந்து தயாரித்து வைத்திருப்பார்.

வைத்தியம் பார்த்துவிட்டு நோயாளியை கம்பவுண்டரிடம் அனுப்பி, ''ரங்கசாமிக்கு (நோயாளி) ரெண்டு குப்பி பச்சை, வெளியில தடவிக்க வெளிர் நீலம் ஒரு ட்யூப்'' என்று கத்துவார். நமக்கு 'நாலு இட்லி, ஒரு பொங்கல்' என்று கத்தும் ராயர் ஓட்டல் சர்வர் ஞாபகத்திற்கு வரும்.

பிரிஸ்கிரிப்ஷனில் மருந்துக்குப் பதிலாக ''ரொட்டி தெளிவான ரசம் சாதம், தேவைப்பட்டால் வெதுவெதுப்பான மோரில் கரைத்த சாதம்'' என்று பத்தியம் எழுதித் தருவார்.

மருந்துக்கும் வைத்தியத்திற்கும் பணம் கொடுத்துவிட்டு அருகில் வைத்திருக்கும் அங்காள பரமேஸ்வரி ஆலய உண்டியலில் (டாக்டர்தான் டிரஸ்டி) நோயாளிகள் தங்களால் இயன்ற பொருளுதவியை அளிக்க வேண்டும்.

என் நண்பனின் தந்தை, தண்டையார் பேட்டையில் வைத்தியம் பார்க்கிறார். மகா முன்கோபி, நோயைச் சரியாக விவரிக்கத் தெரியாததால் சில நோயாளிகளை இவர் காதைப் பிடித்துக் கிள்ளியதாகக் கூட கேள்வி. தன்னிடம் வருபவர்களிடம் இவர் கேட்கும் முதல் கேள்வி, ''நேற்று என்ன சாப்பிட்டாய்?'' என்பதுதான். மசால்தோசை என்றாலும் சரி, வெறும் மோர் சாதம்தான் என்றாலும் சரி; இவர் கன்னாபின்னாவென்று கெட்ட வார்த்தையில் நோயாளியை அர்ச்சனை செய்வார்.

வயிற்றுவலி என்று வந்த நோயாளியை இவர் பெஞ்சியில் படுக்க வைத்து கிங்காங், தாராசிங் பாணியில் கத்திரிப் பிடி, உடும்புப் பிடி என்று வித விதமான பாணியில் வயிற்றை அமுக்கிப் பார்ப்பார். 'நோயாளிக்கு பேசாமல் வயிற்று வலியைப் பொறுத்துக் கொண்டிருக்கலாமே, ஏன் இங்கு வந்து சித்ரவதைப்படுகிறோம்' என்று எண்ணத் தோன்றும். டாக்டருக்கு இந்த முரட்டுத் தனத்தோடு, வந்தவர்களோடு வெகு நேரம் பேசும் வியாதியும் உண்டு.

சில சமயங்களில் ஜெனரல் 'செக்கப்' புக்காக வந்தவரை அரை நிர்வாணமாக பெஞ்சியில் கிடத்தி அம்போ என்று விட்டுவிட்டு அடுத்த நோயாளியைக் கூப்பிட்டு மணிக்கணக்கில் பேச ஆரம்பித்து விடுவார். பெஞ்சியில் படுத்திருப்பவர் வியாதியாலும், மூன்றாவது மனிதன் தன்னை அலங்கோலமாகப் பார்த்து விட்டானே என்ற நாணத்தாலும் நரக வேதனைப்படுவார். பத்தாத குறைக்கு, படுத்திருப்பவரின் குலம், கோத்திரத்தை வந்தவருக்குக் கூறி இன்னின்ன பாகங்களில் இவருக்கு இப்பேர்ப்பட்ட உபாதைகள் என்று விளக்க உரை வேறு கூற ஆரம்பித்து விடுவார்.

மேலே கூறிய டாக்டர் முரட்டுத்தனமான அவசரக்காரர் என்றால் நத்தையை விட மெதுவாக வைத்தியம் பார்க்கும் டாக்டர் ஒருவர் எனக்கு உறவிலேயே இருக்கிறார். இவர் பரிசோதித்து வியாதியைக் கண்டுபிடிப்பதற்குள் ஒன்று வியாதியே போய் விடும்; அல்லது நோயாளி போய் விடுவார்.

ஜலதோஷம் என்று வந்தவரை ஒரு மணி நேரம் சோதித்துவிட்டு,

கடைசியில் ரத்தப் பரிசோதனை, எக்ஸ்ரே, ஈ.ஸி.ஜி. எடுத்துக் கொண்டு வந்து மறுநாள் காட்டச் சொல்வார்.

வெளியே காத்திருக்கும் நோயாளிகள் க்யூப், சீட்டுக்கட்டு போன்ற விளையாட்டுக்கள் விளையாடிப் பொழுதைக் கழிப்பதைப் பார்த்திருக்கிறேன். இவர் இருதயத் துடிப்பின் ‘லப்டப்’பைத் தெரிந்துகொள்ள ஸ்டெதாஸ்கோப்பை மார்பிலும் அதன் சுற்றுப் பிரதேசங்களிலும் வைத்து வைத்து எடுக்க ஆரம்பித்தால் ‘செஞ்சுரி போடாமல் விட மாட்டார்.

இப்படி, பல லட்சக்கணக்கான பேஷண்ட்டுகளின் நோய்களோடு சர்வ அலட்சியமாக ‘விளையாடும்’ டாக்டர்களுக்கு ‘துரியோதனன் தொடை’ மாதிரி (ஆங்கில மோகம் உள்ளவர்களுக்கு Achilles Heel) ஒரு வீக் பாயிண்ட் உண்டு. அதுதான் அவர்களுடைய ஃபாமிலி. தங்கள் ஃபாமிலி மெம்பர்களில் யாருக்காவது லேசாக உடம்புக்கு வந்தால்கூட டாக்டர்களுக்குப் பயமும், பயம் காரணமாகக் கடுங்கோபமும் வந்து விடுகிறதே, ஏன்?

தன்னுடைய ஃபாமிலி என்று வந்தால் ‘வேறு நல்ல டாக்டர் யாரிடமாவது காட்டலாமே!’ என்று கூடச் சில டாக்டர்கள் முடிவு கட்டுவது எனக்குத் தெரியும். ஆகவே, மற்ற டாக்டர்களை ‘அவாய்ட்’ பண்ண நமது ஃபாமிலியிலேயே ஒரு டாக்டரை உருவாக்கினால் கூட ஒரு உபயோகமும் கிடையாது. நாம் என்னதான் செய்வது?

ஊதல், உறிஞ்சுதல், உமிழ்தல் என்று மூன்று வகையாகக் கெட்ட பழக்கங்களை நமது முன்னோர்கள் வகுத்திருக்கிறார்கள்.

ஊதல் அதாவது புகை பிடித்தல். ‘இழுக்க இழுக்க இன்பம் இறுதிவரை பாலிஸி’யில் சிகரெட்டின் ஃபில்டர் பகுதி வரும்வரை இழுத்து... இதற்கு மேலும் இழுத்தால் புகைக்குப் பதிலாக வெறும் விசில் சத்தம் தான் வரும் என்ற நிலை வரும் அளவிற்கு அலுப்பில்லாமல் கர்ம சிரத்தையாக சிகரெட் பிடிப்பவர்களைப் பார்த்திருக்கலாம். வேலை மும்முரத்திலோ அல்லது மனம் ஒடிந்துபோன சோக கட்டங்களிலோ (கெட்ட பழக்கம் உள்ளவர்களுக்கு இது ஒரு பெரிய கெட்ட பழக்கம். சிறு சிறு தோல்விகளுக்கெல்லாம்கூட தேவதாஸ் ஆக மாறி விடுவார்கள்.) ஊதிவிடும் புகை மேலே சென்று மேகமாக மாறி மழை பொழியும் அளவிற்கு இவர்கள் செயின் ஸ்மோக்கர்களாக மாறி விடுவதுண்டு.

உறிஞ்சுதல் நாசித்துவாரங்களில் ரத்தினத்தையோ மாணிக்கத்தையோ டப்பி டப்பியாக நிரப்பி நாசித்துவாரங்களை நாசமாக்கும் கலை இது! ‘இப்பொழுது தும்மலாம் அல்லது இன்னும் இருபது மணி நேரம் கழித்தும் தும்மலாம்’ என்ற வேதனை கலந்த சஸ்பென்ஸ்!

வானிலை அறிவிப்பைச் சதா வதனத்தில் தேக்கி வைத்துக் கொண்டு இந்தப் பொடி போடுபவர்கள் பக்கத்திலுள்ளவர்களைப் பயமுறுத்திக் கொண்டே இருப்பார்கள். ஊதல் கலை அதிகமாகி விட்டதாலோ என்னவோ தெரியவில்லை, உறிஞ்சுதலாகிய இந்தப் பொடி போடும் குடிசைத் தொழில் இருபதாம் நூற்றாண்டில் போஷகர்கள் இன்றி நசித்து வருகிறது.

மேனரிஸம்!

கடைசியாக வருவது உமிழுத லாகிய வெற்றிலை, சீவல், புகையிலை போடும் பழக்கம். பார்ப்பதற்குப் பந்தாவாக இருந் தாலும் இது பழகுவதற்குச் சற்று சிரமமான கலை!

வெற்றிலை, சீவல், புகையிலை போடுவதற்கு வாய் எவ்வளவு அவசியமோ அதைவிட அவசியம் குதப்பிய சாற்றை ஊர்பேர் தெரியாமல் காதும் காதும் வைத்தாற்போல் கண்ணில்பட்ட இடத்தில் (வீட்டின் சொந்தக்காரர் கண்ணில்படாத சமயத்தில்....) துப்பி விடும் சாமர்த்தியம்! இந்தப் பழக்கத்தில் கொட்டை போட்டவர்கள், வாயில் குதப்பிய வெற்றிலைச் செல்லத்தைத் துப்ப மனமில்லாமல், போட்டவுடன் வந்த காபி, டீ, பிஸ்கட்டை வாயின் மறுஓரம் வழியாகத் தொண்டைக்குக் கொண்டு செல்லும் சாமர்த்தியத்தைக் கண்டு மெய்சிலிர்த்துக் கன்னத்தில் போட்டுக் கொண்டிருக்கிறேன்!

மேலே கூறிய மூன்று வகை கெட்ட பழக்கங்கள் உடையவர்கள் திடீரென்று ஞானஸ்நானம் பெற்று ஒரு நாள் அதிகாலையில் அவற்றை நிப்பாட்டி... பின், காலம் முழுவதும் திடமாக அவற்றைத் திரும்பிக் கூடப் பார்க்காமல் பழுத்த சுமங்கலியாக வாழ்ந்ததுண்டு. ஆனால், 'மேனரிஸங்கள்' என்ற தொட்டில், கெட்டபழக்கத்திற்கு இரையானவர்கள் சுடுகாடு வரை அப்பழக்கங்களைச் சுமந்து செல்வதை நாம் நிதர்சனமாகப் பார்த்திருக்கிறோம்.

ஊதல், உறிஞ்சுதல், உமிழ்தல் இம்மூன்று கெட்ட பழக்கங்களும் சாதாரணமாக சம்பந்தப்பட்ட ஆசாமியைத்தான் பாதிக்கும். மேனரிஸங்களோ அவர்களுக்கே தெரியாமல் செய்வதால் அவர்களைத் தவிர மற்ற அனைவரையும் எரிச்சலடையச் செய்யும்.

உதாரணமாக, எனது உறவினர் ஒருவருக்குச் சதா சிறு சிறு திவலைகளாக எச்சிலைத் துப்பிக் கொண்டே இருக்கும் மேனரிஸம். அவருக்கு எப்பொழுதும் வாயில் Saliva நயாகரா நீர்வீழ்ச்சியாகக் கொட்டிக் கொண்டிருப்பதாகப் பிரமை! சொல்ல வந்த விஷயம் எவ்வளவுதான் தங்கமலை ரசசியமாக இருந்தாலும், இந்த மேனரிஸத்தால் வாசற்படிகளில் நின்று கொண்டே சொல்ல வேண்டிய நிர்ப்பந்தம் அவருக்கு.

பிச்சைமூர்த்தி என்ற பெயர் கொண்ட என் நண்பர் ஒருவரை ஆபீசில் எச்சை மூர்த்தி என்று அழைப்பதாகக் கேள்வி!

''என்ன ஆனாலும் பரவாயில்லை, தைரியமாகத் துப்பாமல் இருங்கள்'' என்ற வைத்தியர் ஆலோசனைப்படி எச்சிலைத் துப்பாமல் அடக்க நினைத்த அவர், பத்தாவது நிமிடத்தில் வாய் உப்பி மூச்சுத் திணறிக் குடம் எச்சிலைக் கொப்புளித்தார்.

உறவினருக்கு எச்சில் துப்புவது மேனரிஸம் என்றால் எனது நண்பன் கணேசனுக்கு நகம் கடிப்பது நித்யகர்மா. எப்பொழுதும் வாயில் இரு கை விரல்களையும் பதித்து நகங்களைக் கடித்தபடி கணேசன் மோர்சிங் வாசிக்கும் அபிநயம் பிடித்துக் கொண்டிருப்பான். யாரும் இல்லாத சில சமயங்களில் கணேசன் கை விரல் நகங்களைக் கடித்து அலுத்துப்போய் மாறுதலுக்குக் கால் விரல் நகங்களைக் கஷ்டப்பட்டு வாயால் எட்டிப் பிடித்துக் கடித்தபடி டி.எஸ்.ஆர். ஆலிலைக் கண்ணன் போஸ் கொடுப்பான்.

நெற்றிப் புருவங்கள் சுருங்க ஒருவித உத்வேகத்துடன் அவன் நகம் கடிப்பதைப் பார்க்கும்போது கணேசனே தன்னைக் கொஞ்சம் கொஞ்சமாகச் சாப்பிட்டுக் கொள்ள முயல்வது போல தென்படும். கடிப்பதற்கு நகம் இல்லாமல் விரல் சதையைக்கூட விட்டு வைக்காமல் பதம் பார்ப்பதால் கணேசனின் விரல்கள் மருதாணி பூசியது போலச் சிவந்து காணப்படும். இவன் வந்து போனால் இவன் அமர்ந்த இடத்தைச் சுற்றி நகமும் சதையும் சிதறிக் கிடக்கும். என்ன செய்வது? நகமும் சதையுமாகப் பழகிவிட்ட நெருங்கிய நண்பன் என்ற ஒரே காரணத்திற்காக கணேசனைப் பொறுத்துக் கொள்ள வேண்டியதாகிறது.

சிலருக்குத் தலையை லேசாக ஸ்லோமோஷனில் தஞ்சாவூர் பொம்மை போல ஆட்டிக் கொண்டே இருக்கும் மேனரிஸம். புதிதாக இவர்களுடன் பேச வருபவர்கள் தாங்கள் சொல்வதை இவர்கள் ஒப்புக்கொள்கிறார்களா, இல்லை முடியாது என்று மறுக்கிறார்களா என்று குழம்பும் அளவுக்கு சூட்சுமமாகத் தலையை ஆட்டுவார்கள். இவர்களாவது பரவாயில்லை. எப்பொழுதும் சாவி கொடுத்த பொம்மை போல, தொடர்ச்சியாகத் தலையை ஆட்டுவதால் புதிதாக வருபவர்கள் பழகிய பத்தாவது நிமிடத்தில் இவர்களைப் புரிந்து கொண்டு விடுவார்கள். நான் படித்த பள்ளியின் உபாத்தியாயர் அரை மணி நேரத்திற்கு ஒரு முறை

அலாரம் வைத்தது போல, கழுத்தை வளைத்துத் தலையை இடமும் பலமுமாக கராத்தே பாணியில் ஐந்தாறு முறை ராட்சஸ வேகத்தில் திருப்பிச் சிலிர்த்துக் கொள்வார். பயந்த சுபாவம் உடையவர்கள் புதிதாக இவரைச் சந்திக்கும் பட்சத்தில் இவரது இந்த சேஷ்டையினால் வெலவெலத்து மரண மூச்சை அடைந்தாலும் ஆச்சரியப்படுவதற்கில்லை.

வேறு சிலருக்கு எப்பொழுதும் ஒற்றைக் காலில் பகீரதப் பாணியில் நிற்பது ஒரு மேனரிஸம். இவர்கள் பிரயத்தனப்பட்டு ஒற்றைக் காலில் தள்ளாடி பாலன்ஸ் செய்வதைப் பார்க்கும்போது எங்கே விழுந்து விடுவார்களோ என்ற பயத்தில் நமக்கு வயிற்றைப் புரட்டும். வலது காலில் சிறிது நேரம் பாலன்ஸ் செய்தவர்கள் தொய்ந்தாலும், இடது காலுக்குத் தாவுவார்களே ஒழிய இரண்டு காலால் நிற்கமாட்டார்கள்...

தில்லை நடராஜரைவிட வேகமாகக் கால் மாற்றி நிற்கும் இந்த சபாபதிகளோடு நாம் என்னதான் ஆத்மார்த்தமாகப் பேசிக் கொண்டிருந்தாலும் நமது விழிகள் இந்த பாலன்ஸ் விளையாட்டில் தான் லயித்திருக்கும்.

மேனரிஸங்களிலேயே மிகவும் மோசமானது கண் சிமிட்டுதல். படபடவென்று சதாசர்வகாலமும் கண்களைச் சிமிட்டுவதால் பாதகமில்லை. ஆனால், நல்ல இடைவெளி கொடுத்து நபும்சகத் தனமாகக் கண்ணைச் சிமிட்டுபவர்களைத் தெரியாதவர்கள் தவறாக எடுத்துக் கொள்ளக்கூடும். கண் சிமிட்டு கெட்ட பழக்கத்தை எப்படியாவது நிறுத்த முயலவேண்டும். இப்பொழுது பரவாயில்லை இளம்வயது, அப்படித்தானிருக்கும் என்று மன்னித்து விடுவார்கள். யோசித்துப் பாருங்கள். எழுபது, வயது கிழவர் ஒருவர் பஸ் ஸ்டாண்டில் நின்றபடி பெண்களைப் பார்த்தவண்ணம் கண்ணைச் சிமிட்டிக் கொண்டிருந்தால் என்ன ஆவது? 'கண்ணைச் சிமிட்டுவது என் மேனரிஸம்' என்று கிழவர் தன் நெற்றியில் எழுதி ஒட்டிக் கொள்வா முடியும்....?

மேனரிஸங்களிலேயே ஆபாசமானது கைக்குட்டையின் நுனியைக் கயிறாகத் திரித்து நாசியில் நுழைத்துச் செயற்கை முறையில் தும்மலைத் தயாரிக்கும் அன்னத்வேஷம்.

இவரோடு பேசும் நேரங்களில் நாம், 'எப்போது இவர் நாசி வெடிக்கும்?' என்ற அச்சத்தோடு டென்ஷனாக இருக்க வேண்டி வரும். சில சமயங்களில் வலது நாசியில் கர்சீப்பை நுழைத்து இடது நாசி வழியாக இழுத்தும் தும்மல் வராமல் இவர் தத்தளிப்பதைப் பார்க்கும்போது நமக்குப் பரிதாப உணர்வுதான் இவர்மீது ஏற்படும்.

தன்னையும் ஒரு கேலிப் பொருளாக ஆக்கிக் கொண்டு, பிறரையும் குழம்ப வைக்கும் இந்த மேனரிஸங்களை எப்படித் தான் நிறுத்துவது....?

சதா எச்சில் உமிழும் உறவினரை அழைத்துக் கொண்டு ஒரு முறை மனோதத்துவ வைத்தியரிடம் சென்றேன். அவர் கூறினார்: ''சிறு வயதில் ஏழ்மை காரணமாக உமது உறவினர் மற்ற சக சிறு வர்களைப் போல ஐஸ்க்ரீம், கமர்கட், பர்பி சாப்பிட முடியாமல் ஏங்கி ஏங்கி, வாயில் எச்சில் ஊறச் சாப்பிடுபவர்களைப் பார்த்துக் கொண்டிருந்ததால் இப் பழக்கம் ஏற்பட்டிருக்கலாம்... அல்லது ஏதாவது ஒரு பயங்கரத்தை நேரில் பார்த்தால் ஸலைவா சுரப்பது அதிகமாகியிருக்கலாம்....'' என்று இரண்டாவது உலக மகா யுத்தம் ஒன்றைத் தவிர மற்ற எல்லாவற்றையும், எச்சில் ஊறுவதற்குக் காரணம் காட்டினார் அந்த மனோதத்துவ நிபுணர்.

''இந்த மேனரிஸத்தை எப்படித்தான் போக்குவது?'' என்று நான் கேட்டதற்கு, மனோதத்துவ டாக்டர், ''அவருடைய சரித்திரத்தைக் (எஸ்.எஸ்.எல்.ஸி. புத்தகத்தில் ஆரம்பித்து பென்ஷன் சர்ட்டிபி கேட் வரை....) கொடுத்தால்தான் அதை நான் படித்துக் காரணத்தை அறிந்து கொண்டு அதற்குத் தகுந்த மாற்றுக் காரியத்தைச் செய்யலாம்'' என்றார்.

எங்களை வழியனுப்ப வந்த இந்த டாக்டர் என்னைப் பார்த்து, ''மற்றவர்களின் மேனரிஸத்தை ஆராய்ச்சி செய்வதே ஒரு மேனரிஸம்தான்'' என்று கூறிவிட்டு, குதிகாலால் ஐந்தாறு முறை எம்பி எம்பிக் குதித்தார். விசாரித்ததில் தெரிந்தது குதிகாலால் அடிக்கொரு தரம் எம்பி எம்பிக் குதிப்பது அந்த மனோதத்துவரின் மேனரிஸமாம்!

சிறந்த புத்தகம்

தூரப்பார்வை சிலருக்கு நானூறு மைல் தள்ளிப் புத்தகத்தை வைத்தால் தான் படிக்க முடியும் என்ற அளவுக்கு சாளேஸ்வரம்... ஏன், ராமேஸ்வரமாகவே இருக்கும். இப்படிப்பட்ட தொலைதூரப் பார்வையாளர்கள், கண்களை டெஸ்ட் செய்து கொள்ள அநாவசியமாக டாக்டரிடம் சென்று, போர்டில் மாட்டிய 'ஏ.பி. ஸி.டி.'யை வயதான காலத்தில் ஃபீஸ் அழுது படிக்க வேண்டாம். 'அரிசியில் ஆயிரம் வார்த்தை' போன்ற கின்னஸ் ரெக்கார்டுகளைக் கேலி செய்து 'கிண்டல் ஸ்பெஷல்' போடும் அளவுக்கு எலெக்ட்ரான், நியூட்ரான் அணுக்களைவிடப் பொடிப் பொடியான சைஸில் நம்பர்கள் எழுதப்பட்ட டெலிபோன் டைரக்டரியை, வீட்டில் விதவிதமான இடங்களில் வைத்துப் படிக்க முயற்சி செய்து விழிகளைச் சோதித்துக் கொள்ளலாம்.

என் நண்பன் கிச்சாவுக்கு யானை முட்டை சைஸுக்குக் கண்கள். பரீட்சைக்குப் படிப்பது போல் ஒரு மாதம் டெலிபோன் டைரக்டரியைப் படித்ததன் விளைவு, இரண்டு கண்களும் சுருங்கி, மூக்குக்கு இரண்டு பக்கமும் புருவத்துக்குக் கீழே ஏதோ மச்சம் மாதிரி ஆகி விட்டன. இப்போது கிச்சாவுக்குக் கண்களுக்குத் தெரியாத அளவுக்கு எழுதினால்தான் படிக்க முடியும். இதனால் நம் கண்களுக்குத் தெரியாத சித்த புருஷர்கள் கிச்சா கண்களுக்குத் தெரிவதால் பாவம்... திடீர் திடீரென்று. ''அதோ குதம்பைச் சித்தர் குதிக்கறார். அகப்பேய்ச்சித்தர் ஆடறார்'' என்று நடு மவுண்ட் ரோட்டில் கத்தி, தன்னைச் சுற்றி ஒரு கும்பலைக் கூட்டிக் கொள்வான். டைரக்டரியால் பார்வை துல்லியமாகிவிட்ட கிச்சாவுக்கு எழுத்தும் எறும்பாகிவிட்டது. நாம் லெட்டர் எழுதினால்

ஸ்டாம்ப் ஒட்டுவோம். ஆனால், கிச்சா லெட்டரையே ஸ்டாம்ப் பின்னால் எழுதி விடுகிறான். அதுவும் பென்சில் நுனியில் ஒரு தடவை இங்க் தொட்டுத் தந்தால் போதும்... ஒரு இஞ்ச் பேப்பரில் உயிலையே எழுதிவிடுவான். எது எப்படியோ... பேப்பர், பேனா, இங்க் என்று காசைக் கரியாக்காமல், கிச்சா சிக்கனமாக இருக்க உதவிய சிறந்த புத்தகம் டெலிபோன் டைரக்டரி!

நான் குளிக்கப் போகும்போது மறக்காமல் டெலிபோன் டைரக்டரியையும் எடுத்துக் கொண்டு போவேன். எங்கள் வீட்டு பாத்ரூம் பக்கம் மரம், செடி, கொடி ஜாஸ்தி. அங்கிருந்து வரும் கரப்பான்பூச்சி, வெட்டுக்கிளி போன்றவற்றின் திடீர் விமானத் தாக்குதலால் மிரண்டு போய் நான் பாத்ரூமுக்குள்ளிருந்து, ''என்னைக் காப்பாத்துங்க... காப்பாத்துங்க...'' என்று கத்தியிருக்கிறேன். கரப்பு, வெட்டுக்கிளியிடமிருந்தெல்லாம் காப்பாற்றக் கதவை உடைத்துக் கொண்டு தினமும் யாராவது ஒருவரை வரவழைப்பது நடைமுறைக்குச் சாத்தியமல்ல... அதற்காகத் துணைக்கு ஆள் வைத்துக் கொண்டு குளித்தாலும் சரியாக வராது! அதனால் கரப்பு மற்றும் வெட்டுக்கிளியுடன் போராடி அவற்றைக் கொன்று வெற்றிவாகை சூட, ஆரம்பத்தில் டிக்ஷனரியை எடுத்துக்கொண்டு போனேன்.

அதே மாதிரிதான் வண்டுகளும்! எனது பாத்ரூம் அனுபவத்தில் சொல்கிறேன்... ஒரே அடியில் வண்டுகளை வைகுண்டத்துக்குப் பறக்க வைக்கச் சிறந்த புத்தகம் டெலிபோன் டைரக்டரிதான்! என்னிடம் நூலிழையில் தப்பிய சில வண்டுகள், தன் சகாக்களிடம் கூறியதால்... டைரக்டரியின் தாக்குதலுக்குப் பயந்து அவை வருவதில்லை. சில சமயம் அளவுக்கு மீறி ஐந்நூறு, அறுநூறு மில்லி மகரந்தம் அடித்த மயக்கத்தில் தெரியாமல் வந்துவிடும் வண்டு, சங்குசக்கர கதா டைரக்டரி பாணியாக நிற்கும் என்னைப் பார்த்துப் போதை தெளிந்து, ''ஸாரி... ராங் நம்பர்'' என்று சொல்லிவிட்டுப் பறந்து விடும்!

கெட்ட சொப்பனம், திருட்டு பயம், இயற்கையின் அழைப்பு போன்ற உபாதைகளால் தூக்கிவாரிப் போட்டு எழுந்து அலையும் நமக்குத் தூங்குவதற்கு 'டன்-லப்-இன்லோ' தலையணையெல்லாம் சுத்த வேஸ்ட்! 'டன்-லப்-இன்லோ' வுக்குப் பதிலாக 'டைரக்டரி இன்லோ' வைத் தலையணையாகப் பயன்படுத்தலாம். டைரக்டரியைத் தலைக்கு வைத்துக் கொண்டு தூங்கினால் அநாவசியமாக கனவுகள் வராது. அப்படியே வந்தாலும் குழப்பமான காட்சிகள் எதுவும் இல்லாமல், வெறும் நம்பர்கள் தான் வந்து போகும்! என்ன.... சில சமயம் கனவில் விடியோ

இல்லாவிட்டாலும், ஆடியோவாக 'க்ராஸ் டாக்' கேட்கலாம்! காதில் பஞ்சை வைத்துக் கொண்டு தூங்கினால், அந்த ப்ராப்ளமும் ஓவர்! உயரமாகத் தலையணை வைத்துக் கொண்டு தூங்கும் மூச்சுவிடச் சிரமப்படும் என் போன்ற 'சைனஸ்' பேர்வழிகள் டைரக்டரியின் அட்டையைச் சற்றுத் தடிமனாக 'பைண்ட்' செய்து வைத்துக் கொள்ளலாம்!

ஆஸ்துமா காரணமாக அதிக உயரம் தேவைப்படுபவர்கள், டைரக்டரிக்கு அடியில் டெலிபோனையே வைத்து உயர்த்திக் கொள்ளலாம். தூங்கும்போது தலையை வலப்பக்கம், இடப்பக்கம் என்று திருப்பித் திருப்பித் தலையால் 'லெஃப்ட்ரைட்' செய்தபடி ராணுவ மரியாதையோடு சிலர் மேனரிஸமாக உறங்குவார்கள். அப்படித் தலையை மட்டும் எதையோ மறுப்பது போல் ஆட்டியபடி தூங்குபவர்கள் தலையணையைத் தவறவிட வாய்ப்புண்டு. அவர்கள் டைரக்டரியைத் தலை புரள வசதியாகப் பிரித்து வைத்துக் கொள்ளலாம்!

வீட்டு 'அஞ்சலி'களுக்கு டைரக்டரியின் பக்கங்களைக் கிழித்து ஏரோப்ளேன், கத்திக் கப்பல், ராக்கெட் போன்றவற்றைச் செய்து விளையாடத் தரலாம். கலரில் கத்திக் கப்பல் கேட்கும் டேஸ்ட் உள்ள குழந்தைகளுக்கு 'எல்லோ பேஜஸ்' பக்கங்களைக் கிழித்து மஞ்சள் கலரில் மங்களகரமாகச் செய்து தரலாம்!

கடைசியாக டெலிபோன் டைரக்டரியின் உபயத்தால் எனது இரண்டாவது மகனுக்கு 'ஜப்பான்' என்ற செல்லப் பெயர் கிடைத்தது. அவனுக்குச் செல்லப் பெயர் வைக்க நாங்கள் திண்டாடிய போது, நான் குழப்பத்தைத் தவிர்க்க 'டைரக்டரியைப் பிரிக்கிறேன்... பார்த்த பெயரை வைப்போம்' என்று கூறிவிட்டு டெலிபோன் டைரக்டரியைப் பிரிக்க, அதில் 'ஜப்பான் ஏர்லைன்ஸ்' என்றிருந்தது. அதே பெயரைத்தான் வைக்க நினைத்தேன். ஆனால், இந்தியன் ஏர்லைன்ஸை, விரோதித்துக் கொள்ளாமல் இருக்க 'ஏர்லைன்ஸை'த் தவிர்த்து, ஜப்பானை மட்டும் வைத்தோம்!

"தெலுகு சலன சித்ரம்லோ 'கிரேஸி' அப்பாயி"

ஜகதேக வீருடு அதிலோக சுந்தரி (முறையே சிரஞ்சீவி-ஸ்ரீதேவி) படம் ஆந்திராவில் புயல் வேகத்தில் ஓடிட்டு இருக்கு. டைரக்டர் ராகவேந்திர ராவ் என்னைக் கூப்பிட்டு நடிக்கச் சொன்னபோது, நான் மொதல்லே கிண்டல் பண்ணினாருன்னு நம்பலே.

ஒரு நாள் தயாரிப்பாளர் அஸ்வின் தத்தோட அஸிஸ்டெண்ட் வந்து பிளேன் டிக்கெட்டைக் கொடுத்து 'போயிங்லே' விசாகப் பட்டினத்துக்கு ஏத்தி விட்டுட்டார். ப்ளேன்ல எனக்கு நாலு சீட் தள்ளி, ஸ்ரீதேவி. சக பயணியான நான், அவரோட நடிக்கப் போறேங்கறது அவருக்கு அப்ப நிச்சயம் சஸ்பென்ஸாகத்தான் இருந்திருக்கணும். இல்லேன்னா சத்தியமா ப்ளேனை பாதியிலே நிறுத்தச் சொல்லி பாராசூட்டிலே குதிச்சிருப்பார்.

ஏர் போர்ட்டுக்கு வந்திருந்த தயாரிப்பாளர் எங்களை வர வேற்று, என்னைத் தன் கார்லே ஏற்றிக்கிட்டு, ஸ்ரீதேவிக்கு தனி கார் ஏற்பாடு செய்தார். 'இவன் எதுக்கு அஸ்வின் தத்தோட போறான்? ஒருவேளை பாதி வழியிலே டிராப் செய்ய லிஃப்ட்கேட்டிருப்பா னோ?' என்று பின் காரில் வரும் ஸ்ரீதேவி குழம்பியிருக்கலாம். ஏர் போர்ட்டிலிருந்து ஷூட்டிங் நடக்கிற அரக்குப் பள்ளத்தாக்குக்கு ஒன்றரை மணி நேர டிரைவ்.

வழக்கம் போல வெற்றிலை சீவல் போட்டுவிட்ட நான், துப்ப எத்தனித்தபோது, பின் காரில் ஸ்ரீதேவி வருவதை உணர்ந்து ஸ்ரீதேவிக்கு எதிரில் எனது இமேஜைக் கெடுத்துக்கொள்ள விரும்பாததால் சுமார் இரண்டு மணி நேர பயணத்தில் துப்பவும் முடியாமல் முழுங்கவும் முடியாமல் வாய் உப்பி விழிகள் பிதுங்க அல்லாடினேன்.

அரக்குப் பள்ளத்தாக்கு குகைக்குச் சென்றபோது சிரஞ்சீவி, பேபி ஷாலினி. அஞ்சலி பாப்பா இவர்களோடு பாடும் காட்சியை ராகவேந்திர ராவ் டைரக்ட் செய்வதைப் பார்த்தேன்.

அவரிடம் தனியே சென்று, ''சார், என்னை எதுக்கு கூப்பிட்டீங்க? எனக்குச் சுத்தமா தெலுங்கு தெரியாது,'' என்றபோது, அவர் ''கவலைப்படாதே. நீ தெலுங்கு பேச வேண்டாம். உனக்குத் தரப் போறது கன்னடம் பேசற கேரக்டர்.'' என்றார்.

''சார், எனக்குக் கன்னடமும் தெரியா...'' என்று முடிப்பதற்குள், அவர் அசிஸ்டெண்ட் டைரக்டரிடம் என்னமோ தொடர்ச்சியாய்த் தெலுங்கில் கூறிப் போக, அந்த அஸிஸ்டெண்ட் டைரக்டர் என்னைத் தெலுங்கில் அழைத்துச் சென்று, மேக்கப் மேனிடம் விட, எனக்கு, 'குளிக்கும் போது கூடக் கழட்டாத கோட்டு' போடப்பட்டு, கையில் ஒரு குடையம் திணிக்கப்பட்டது.

''எனக்கு என்ன ரோல்? நான் ஜகதேவா? வீருடுவா? அதிலோகமா? இல்லை சுந்தரியா?'' என்று போது.. அசிஸ்டெண்ட் டைரக்டர் வந்து டயலாக் பேப்பரை நீட்டினார். அதில் நான் பேச வேண்டிய கன்னட டயலாக்ஸ் தெலுங்கில் ஜிலேபி ஜிலேபியாகப் பிழிந்து எழுதப் பட்டிருந்தது.

சிரஞ்சீவி எனக்கு டயலாக் ஏற்ற இறக்கமெல்லாம் சொல்லித் தந்தார். அதிலோக சுந்தரி இந்திர குமாரியாக வரும் ஸ்ரீதேவியிடம் பேசும் காட்சியில், 'ஏன் டிாமாவிலே நடிக்கிறவங்க மாதிரி இவ்வளவு சத்தம் போட்டுக் கஷ்டப்படறீங்க. மெதுவாப் பேசுங்க,' என்று என்னிடம் கூறினார்.

இப்படியாக 'ஜகதேக வீருடு' சிரஞ்சீவியுடனும், 'அதிலோக சுந்தரி' ஸ்ரீதேவியுடனும் நான் 'குடை பட்டு குள்ளிதி க்ரேஸியாக (குடை வைத்துக் கொண்டிருக்கிற க்ரேஸியாக) நடித்த அனுபவம் சுவையாக இருந்தது.

வீட்டுத் தாத்தாவும்

என்னை ஆளாக்கியவர் அப்பா வழித் தாத்தா வெங்கட கிருஷ்ண அய்யங்கார். இவர் மட்டும் எனக்குத் தாத்தாவாக இருந்திரா விட்டால், நானும் இன்று சராசரியாக ஆபீஸ் சென்றுவிட்டு சாயங்காலம் வேர்க் கடலை கொரித்தபடி 'வயலும் வாழ்வும்' பார்த்துக் கொண்டிருப்பேன். நான் வீட்டுச் சுவரில் பென்ஸிலால் டிராயிங் கிறுக்கிய போது, சுவர் பாழாகிறதே என்று தடுக்காமல், மாறாக வெறியூட்டி நான் வீட்டையே ''அஜந்தா எல்லோராவாக'' மாற்றும் அளவுக்கு அனுமதியளித்தவர். குடிசைத் தொழிலாக என்னுள் இருந்த ரவிவர்மாத்தனத்தைக் கொழுந்துவிட்டு எரியச் செய்தார். எனது பெயிண்டிங்குகளை அது காயும் முன்பே, எடுத்துக்கொண்டு படபடக்கும் வெய்யிலில் பிரேம் போட்டு வந்து முகப்பு அறையில் மாட்டிவிட்டுத்தான் மறு வேலை பார்ப்பார். நான் கவிதை எழுதினால் ''காளிதாசன் ஜாடை இருக்கிறது'' என்பார். எனது கதைகளைப் படித்துவிட்டு ''உனக்கு வியாசரின் லாகவம் இருக்கிறது'' என்று உயர்வு நவிர்ச்சியணியில் உற்சாகப்படுத்துவார். எனது நாடக அரங்கேற்றத்தன்று இருந்தக் கிழவனார் படும் கலக்கத்தை, அவரது குலதெய்வம் குடந்தை ஆராவமுதன் ஒருவர் மட்டுமே அறிவான். நான் பரீட்சையில் பெயிலாகி முகத்தை தொங்கப் போட்டுக்கொண்டு வந்தால், ''தான் கும்பகோணம் டவுன் ஹைஸ்கூலில் கோட் அடித்ததைக் கூறி என்னையும் கலகலப்பாக்கி குடும்ப வானிலையையும் மாற்றுவார்.

நான் பார்த்த வேலைகளிலேயே இவருக்கு ரொம்பவும் பிடித்தது ஆனந்தவிகடன் எடிடோரியலில் சேர்ந்தது. காரணம் இவர் ஹிந்து எடிடோரியலில் இருந்தவர். 'தந்தையைப் போல் மகன்' எனபதைவிட 'தாத்தாவைப் போல் பேரன்' என்று பிறர் சொல்ல வேண்டும் என்பது இவர் ஆசை. அபூர்வ சகோதரர்கள் படத்திற்கு நான் எழுதிய நாட்களில், தினமும் ஷூட்டிங் முடிந்து எவ்வளவு லேட்டாக வீடு திரும்பினாலும் இவர் எனக்காக முழித்திருந்து அன்றையக் காட்சிகளைக் கேட்டு விட்டுத்தான் உறங்கப் போவார்.

என்னைப் பிரிய மனமில்லாமல் இயற்கையில் நியதிக்காக ஒரு வருடம் முன்பு இறந்து போனார்.

85 வயது வரை, மருந்து மாத்திரை சாப்பிடாமல் காலம்

தள்ளியவர், மருந்துவ சாஸ்திரத்திற்கு மதிப்பு தருவதற்காக முதல் அண்ட் கடைசி முறையாக ஆஸ்பத்திரிக்கு விஸிட் செய்தார்.

அவரது மேனியைச் சிதையில் வைக்கும்போது, 'இனி எனக்கு ஆதரவு தர யார் இருக்கிறார்கள்?' என்ற அச்சம் என் அடிவயிற்றைக் கலக்கியது.

'அழுகையே பிடிக்காத' அந்தப் பால்ய சிநேகிதனின் பொருட்டு வந்த அழுகையை அடக்கிக் கொண் டேன்.

'என்னை ஆளாக்கியது அப்பா வழித் தாத்தா என்றால் என்னை எழுத்தாளராக்கியது' ஆனந்த விகடன் தாத்தா. அ.வ. தாத்தா வைத்த 'மோகன்' என்ற பெயரை 'கிரேஸி' மோகனாக்கியது ஆ.வி. தாத்தா. நான் எழுதிய முதல் சிறுகதை ஆனந்தவிகடனில் பிரசுரமானபோது, அன்று இருந்த பல மோகன்களிலிருந்து வேறுபடுத்த விகடன் 'வீயெஸ்வி' எனக்கு 'கிரேஸி' என்று அடைமொழியைச் சேர்த்தார். (கிரேஸி தீவ்ஸ் இன் பாலவாக்கம் அப்போது வெற்றி பெற்ற நேரம்) உரையாடல் மட்டுமே அறிந்திருந்த எனக்கு உரைநடையை உபதேசித்தவர் ஆ.வி.தாத்தா. அவரது செல்லப் பேரனான நான் தொழும் நகைச்சுவை எழுத்தாளர் தேவன். 'வேதாந்தம், சுதர்ச னம், சாம்பு' என்று முத்தெடுக்கக் குளித்த விகட மாசமுத்திரத்தின் அலையில் நின்று விளையாட. இந்தச் சிறுவனை அனுமதித்தவர் விகடன் தாத்தா. சூரியனுக்கு முன்னே போய்ச் சூரியனுக்குப் பின்னே வீடு திரும்பும் சுந்தரம் க்ளேட்டன் எனக்குக் கஷ்டமாக இருந்த காலத்தில் நான் ஜூனியர் விகடனில் தொடர் கட்டுரைகள், நகைச்சுவை சரித்திர நாவல் எழுதிக் கொண்டிருந்தேன். அப்போது, 'ஏதோ கட்டுரை, கொடுத்தோம். வந்தோம் என்றில்லாமல்,' ஜூ.வி.யின் கர்ப்பக்கிருகம் வரைசென்று வர எனக்கு முத்திரை மோதிரம் அளித்தவர் அதன் ஆசிரியர் 'மதன்'

சீனியர் பட்டறையில் இருந்த எனக்கு ஜூனியர் கருவறை பள்ளியறையாக ஈர்த்தது. ராவ், போன்றவர்களின் ராப்பகல் வேலையில் கவர்ச்சி தென்பட்டது. அங்கே சொன்னால் அசட்டுத் தனமாகப் படுமோ என்று வெட்கப்பட்டு ஆகாயவிமானத்தில் ஹைதராபாத் மதனோடு சென்றபோது, எனது பத்திரிகை மசக் கையை வெளியிட்டேன். இன்றைய எனது எழுத்தின் ஓரளவு

விஸ்தீரணத்திற்கு வித்திட்ட மதன் எனது நப்பாசையை ஆ.வி. எம்.டி.யிடம் கூற... அதுவரை எழுத அனுமதித்த எம்.டி. என்னை ஏற்றுக் கொள்ள முடிவு செய்தார். தமிழ் வருடப் பிறப்பன்று ஆ.வி. சப் எடிட்டர் ஆனேன். நான் எஞ்சினியர் வேலையை விட்டதை அங்கீகரித்தது வீட்டு தாத்தா என்றால்...எனக்கு சப்எடிட்டர் வேலை தந்து அபயம் அளித்தது விகடன் தாத்தா. நான் விகடனில் வேலை பார்த்தேன் என்பதைவிட... டிராமா. சினிமா முடித்துவிட்டு விகடனுக்குப் போய் வந்து கொண்டிருந்தேன். வேலையில்லாமல் இருந்த எனக்கு சரணாலயம் அளித்த வேடந்தாங்கல். விகடனைப் பற்றி முழுமையாக எழுத வேண்டுமானால் எனக்கு இந்த இத ழோடு ஒரு இலவச இணைப்பும் தேவை. சாதாரணமாக விகடனில் வந்த எழுத்தை வேறு பத்திரிகையில் பிரசுரித்தால் ''நன்றி-விகடன்'' என்று போடுவார்கள். என் வரையில் என் எழுத்து எங்கு பிரசுரமானாலும் 'நன்றி-விகடன்.'

நெவர் கிரேஸி:

தமிழ் ரசிகர்களுக்கு 'ஸ்லாப் ஸ்டிக்' காமெடியைப் பரவலாக அறிமுகப்படுத்தியிருப்பதில் பெரும் பங்கு கிரேஸி மோகனுக்கு உண்டு. அவர் எழுதிய ''கிரேஸி தீவ்ஸ் இன் பாலவாக்கம்'' தமிழ் வழங்கும் எல்லா அமெரிக்கா வீடுகளிலும் கேட்கலாம் காஸெட் வடிவில்.

தேவனின் மிஸ் ஜானகியையும் கல்கியின் வந்தியத் தேவனையும், சுஜாதாவின் குதிரை கிச்சாமியையும் எங்கள் இருவருக்கும் மிகப் பிடிக்கும் என்பதே எங்கள் நட்பை இன்னும் பலமாக்குகிறது.

நேரில் அவரைச் சந்தித்தால், அவர் anything but crazy.

தமிழ் சினிமா இவரது திறமையை முழுமையாகப் பயன்படுத்திக் கொள்ளவில்லை என்பது என் அபிப்பிராயம். ஏனென்றால், ''இன்னிக்கு வியாழக்கிழமை'' என்று கிரேஸி எழுதினால்கூட ரசிகர்கள் சிரிக்கக் கூடிய அளவு இவர் ஜனங்கள் நாடியைப் புரிந்து வைத்திருக்கிறார்.

- கீதா பென்னட்

கிரேஸி செண்ட்டிமெண்ட்ஸ்

1

'பிள்ளையார் பிடிக்க அனுமாராக முடிந்தது' உலக நியதி. நான் சற்று உல்டா. அனுமாரைக் காக்காப் பிடித்து பிள்ளையார் சுழிக்கு வருவேன். சுவரில் நான் தீட்டிய சிரஞ்சீவி அனுமாரின் பாதத்தில் எழுதப்போகும் வெற்றுத் தாளை வைத்துவிட்டு உடனே 'ஓம் வினாயகாய நம:' போட்டு எழுதுவேன். வியாச பாரதத்தை வினாயகர் எழுதும்போது தங்கு தடையில்லாமல் கதை செய்யவேண்டிய நிர்பந்தத்திற்குள்ளான வியாஸர் வேகமாக காப்பி செய்யும் பிள்ளையாரை சமாளிக்க நடுநடுவே தேவையில்லாத இயற்கைக் காட்சிகளை வருணிப்பதை 'பாரதக் குட்டு' என்பார்கள். எழுதும் சமயம் தவறு ஏற்பட்டால் பாரத குட்டாக 'ஓம் வினாயகாய நம:' எழுதியபடி தடங்கலுக்கு நான் வருந்துவது வழக்கம். சில சமயம் சுடச்சுட என்னிடமிருந்து ரிகர்சலுக்கு செல்லும் நாடக காட்சிகளை என் குழுவினர் படித்துவிட்டு ரிகர்ஸலில் ''மாது, உனக்கு ஒண்ணு தெரியுமா ஓம் வினாயகாய நம:'' 'ஏன் மாது ஓம்வினாயகாய நம:' இப்படி ஓம்வினாயகாய நம: என்று நான் வந்து நிறுத்தும் வரை விதவிதமான ஏற்ற இறக்கத்தோடு ''ஓம் வினாயகாகய நம:'' உச்சரித்துக் கொண்டிருப்பார்கள்.

2

அப்பளத்து மாவைப் பிசைந்து வட்டமாக இடுவதற்காக எனது பாட்டிக்குத் திருமணத்தின் போது சீதனமாக வந்த மணைதான் என் மடியில் வைத்து எழுத உபயோகிக்கும் செண்ட்டிமெண்ட்டான சங்கப் பலகை.

3

உறங்கும்போது 'உம்மாச்சி' (தெய்வம்) ஐடியா கொடுப்பார் என்ற செண்ட்டிமெண்ட்டில், தலைகாணிக்கு அடியில், பக்தி சுலோக புத்தகங்களை வைத்துக் கொள்வது வழக்கம். தொடர்ச்சியாக எழுதும் நாட்களில் இந்த ஆவேசம் அதிகமாகி ஒரு உச்சகட்டத்துக்குச் செல்லும். அப்போது பெரிய எழுத்து மகாபாரதம், பதினெட்டு

புராணம், விளக்க உரையோடு விரிவான 'பகவத்கீதை' போன்ற தடிமனான புத்தகங்கள் தலைகாணிக்கு அடியில் சேர ஆரம்பிக்கும். இதன்விளைவாக சில சமயங்களில் பார்ப்பவர்கள் ஆச்சரியப் படும் அளவுக்கு என் தலை உயர்ந்து கிட்டத்தட்ட நின்று கொண்டே தூங்கும் ஹடயோக போஸில் உறங்கியதுண்டு.

4

எனது தோள் பையில் வெற்றிலை சீவலோடு என் நினைவு தெரிந்த நாளிலிருந்து எனக்கு பிரசாதமாக கொடுக்கப்பட்ட விபூதி பொட்டலங்களை வைத்துக் கொள்வது ஒரு சென்ட்டிமென்ட். இதனால் பல சமயங்களில் ஞாபக மறதியாக வெற்றிலையில் சுண்ணாம்புக்கு பதிலாக விபூதி தடவி போட்டுக்கொண்டது.

5

எனது 'மேரேஜ் மேட் இன் சலூன்' நாடகத்தில் அனுமார் கோயில் காட்சிக்காக ஒரு அனுமார் கட்அவுட் செய்தோம். அந்த நாடகம் அமோக வெற்றிபெற அனுமார் கட்அவுட் மீது எனது சென்ட்டிமென்ட் ஆவேசம் சிலிர்த்துக் கொண்டு எழுந்தது. அதிலிருந்து வேறு எந்தநாடகம் போட்டாலும் அதை எந்த ஊரில் போட்டாலும் அனுமார் கட்அவுட் எங்களோடு பயணம் செய்யும். ரயிலில் வெளியூர் செல்லும்போது அனுமார் கட் அவுட்மீது கால் கை படாமல் இருக்க அனுமாருக்கும் ஒரு டிக்கெட் போட்டு ''பெர்த்'' வாங்கிவிடுவது வழக்கம்.

பின்குறிப்பு : மனைவிக்கு கடிதம், வண்ணான் குறிப்பு, பிள்ளைகளின் 'ஹோம் ஒர்க்' ஆகிய அன்றாட எழுத்து வேலை களுக்கும் மேலே கூடிய சென்ட்டிமெடுகளை சிரத்தையோடு நான் கடைப்பிடிப்பது வழக்கம். இந்த கிரேஸி சென்ட்டிமெட்ஸைப் பின்பற்ற நினைப்பவர்களுக்கு ஒரு எச்சரிக்கை. எழுத்து வருகிற தோ இல்லையோ... மெய்யாலுமே கிரேஸியாகிவிடும் அபாயம் உள்ளது!

“கிரேஸி மோகன்... சீரியஸ் வேணும்...!”

கடந்த ஞாயிறன்று மாலை சென்னை மியூஸிக் அகாடமியில் ‘மதில்மேல் மாது’ நாடகம் நூறாவது தடவையாக மேடையேறியது.

ஆறேமுக்கால் மணிக்குத் துவங்கும் என்று அறிவிக்கப்பட்டு வழக்கம்போல் ஏழு மணி பத்து நிமிடங்கள், ஆறு விநாடிகளுக்கு ஆரம்பமான அன்றைய நாடகத்துக்கு, தாமதமாக எட்டு மணிக்கு வந்து சேர்ந்தார் பிரதம விருந்தினர் கமலஹாசன்! வந்ததும், அகாடமியின் பால்கனியில் கூடியிருந்த கமலின் ரசிகர்கள் எழுந்து நின்று கைதட்டி, கோஷம் எழுப்பி ஆரவாரம் செய்ய, கிட்டத்தட்ட ஐந்து நிமிடங்களுக்கு நாடகம் தடைப்பட்டது! பாவம், இருக்கையில் உட்கார்ந்து தர்மசங்கடத்தில் நெளிந்தார் கமல்! பால்கனி நோக்கித் திரும்பிக் கைகாட்டி ரசிகர்களை அமைதிப்படுத்தினார்!

‘கிரேஸி’ மோகனின் அடுத்த நாடகம் நூறாவது தடவை மேடையேறும்போதும் தான் வரப் போவதாகச் சொன்னார் கமல். தாராளமாக வரட்டும். ஆனால், குறித்த நேரத்துக்கு வந்து, தன்னுடைய ரசிகர்களால் நாடகத்துக்கு இடையூறு நேராமல் பார்த்துக் கொள்ளட்டும்!

அன்று விழாவில் பேசிய கமல், இனி ‘கிரேஸி’ மோகன் சீரியஸ் நாடகங்களை எழுதவேண்டும் என்பதை திருப்பித் திருப்பி வலியுறுத்திச் சொன்னார்.

“ ‘மதில்மேல் மாது’வில் வரும் மைதிலி காரெக்டரின் மூலம் தன்னால சீரியஸ் ரகம் எழுத முடியும் என்பதைக் கோடிட்டுக் காட்டிவிட்டார் மோகன்... இனி எழுதும் நாடகங்களில் அதை அவர் தொடர வேண்டும்...” என்று கேட்டுக் கொண்டார். கூடவே, தன் ரசிகர்களைப் பார்த்து “இவர் (மோகன்) சீரியஸ் நாடகம் போட்டா நீங்க ரசிப்பீங்க இல்லையா?” என்று கமல் கேட்க, “ரசிப்போம்... ரசிப்போம்...” என்று குரல் கொடுத்தார்கள் ரசிகர்கள்!

கடைசியில் பேசிய மோகன்...

“ ‘சீரியஸ் நாடகங்களை ரசிப்பீங்களா’ன்னு கமல் கேட்டப்போ மாடியில் இருக்கற ரசிகர்கள்தான் சாதகமா பதில் சொன்னாங்க... அப்போ சினிமாவுக்குத்தான் நான் சீரியஸா

எழுதணும்... சீரியஸா நாடகம் எழுதணும்னா இங்கே ஆடிட்டோரியத்தில் கீழே இருக்கறவங்க சம்மதிக்கணும்.'' என்றார்!

அப்போதும் கூடியிருந்த 'நாடக ரசிகர்கள்' மௌனமாகவே இருந்தார்கள்!

அந்த மௌனத்தைச் சம்மதத்துக்கு அறிகுறியாக மோகன் எடுத்துக் கொள்வாரா?!

சவால் விடும் பாட்டி

ரானே ஃப்ராங்க் (Rene Frank) மார்டினா நவரத்லோவாவின் டென்னிஸ் கோச். இவர் டாக்டர் ரானே ஃப்ராங்க் என்று ஆணாக மாறிய பெண். இவரது கதையை ''செகண்ட் சர்வ்'' (Second Serve) என்று சினிமாவா எடுத்தபோது, வெனஸா ரெட் க்ரேவ் (Vanessa Red grave) என்ற ஹாலிவுட் நடிகை மெயின் ரோலைச் செய்தார். ஆணாக நடிக்கும் காட்சிகளுக்காக. இவர் இமேஜ் பற்றிக் கவலைப் படாமல் தன் உடம்பை வற்ற வைத்துக் கொண்டாராம். இந்த விஷயம் கமல் ஹாலிவுட் சென்றபோது அவருக்கு வெனஸா ரெட் க்ரேவே சொன்னது. அதை கமல் என்னிடம் கூறி அந்த நடிகையின் ஈடுபாட்டைச் சிலாகித்தார். ஹாலிவுட் நடிகைக்குச் சவாலாக நம்ம ஊர் ஸ்ரீவித்யாவும், ஒரு இமேஜ் தியாகம் செய்திருக்கிறார்.

சித்திரமாக எனது நாடக விழாவுக்குத் தலைமை தாங்கியது ஸ்ரீவித் யாவை, குணச்சித்திரராக (கமலின் தாயாக அபூர்வ சகோதரர்கள்) பார்த்தேன். தற்போது பாட்டியாக, இவர்கள் போன்றவர்களின் இமேஜ் தியாகத்தால்தான் இனிவரும் சினிமாக்களில் நல்ல திருப்பங்களை எதிர்பார்க்கலாம். அவரது பார்வையில் தெரியும் எதிர்பார்ப்பில் எனக்கு அவார்டு தெரிகிறது. ஸ்ரீவித்யாவுக்கு அட்வான்ஸ் வாழ்த்துக்கள்.

கிரேஸி மோகன் ஜோக்ஸ்!

மைதிலி : நம்ம குட்டனை காணுமாக்கம்...

ராமானுஜம் : அது யாரு... நம்ம குட்டன்?

மைதிலி : அதுதான்... நம்ம கொழந்தே மாது... அவனைக் காணுமாக்கம்...

ராமா : ஒழுங்கா சொல்லித் தொலையேன்... எப்பப்பாரு... தெரியலையாக்கம். காணுமாக்கம்... பாலவாக்கம்... மீனம்பாக்கம்.. பட்டினப்பாக்கம்னு ஊர் பேரையெல்லாம் சொல்லிண்டு...

மைதிலி : சரி... பெட்ரூம்ல பார்த்தேனாக்கம்... காணுமாக்கம்..

ராமா : இப்ப என்ன சொல்ற நீ... பெட்ரூம்ல மாதுவைக் காணலையா.... இல்லே. பெட்ரூமே காணாம போயிடுத்தா...?!

★★★

சீனு: ஏண்டா மாது... கல்யாணம் வேண்டாங்கறியே... போன மாசம் ஒரு இடத்துக்கு பொண் பார்க்கப் போனியே. ஏன்?

மாது: இதோ... எல்லாம் எங்க அப்பாவாலேதான்.... அந்தப் பொண்ணோட அப்பா பெத்த கடமைக்கு 'என் பொண்ணு மீனாக் குட்டி பிரமாதமா ஜலதரங்கம் வாசிப்பான்னார்.... இவர் -சும்மா இருக்கக்கூடாது... 'எங்கே... ஒரு பாட்டு வாசிக்கச் சொல்லுங்க... கேப்போம்னுட்டா... வீணைன்னா டக்குனு எடுத்து வாசிச்சுடலாம்... ஜலதரங்கம் அப்படியா... அந்த மீனாக் குட்டிக்கு எதிரே 20, 25 கிண்ணத்தை வச்சு அவ அம்மா ஜலத்தை ஊத்தினா... இந்த அழகுல அது குச்சியால தட்டிப் பார்த்து சுருதி சேர்த்து முடியறதுக்கே அரை மணி ஆயிடுத்து... அப்புறம் கச்சேரி... அவ உச்சஸ்தாயிலே போறச்சேல்லாம் எங்க மேல தண்ணி தெளிச்சுது... இசை வெள்ளம்னு சொல்வாளே... அன்னிக்குத்தான் அதை நேரே பார்த்தேன்... எங்க உடம்பு முழுக்க ஒரே ஜலம்...!

★★★

ராமா : இவன்தான் என் பையன்... பேர் மாது...

சேஷகோபாலன்: ஜானகி, இப்படி வா... பையனைப் பாரு....

ஜானகி: போப்பா...

சேஷு: வெக்கப்படறாடா...!

ராமா : ஜானகி வெக்கப்படறதுல நியாயமிருக்கு... என் பிள்ளையும்னா அனாவசியமா வெக்கப்படறான்....

சேஷு : அதெல்லாம் சும்மா... உன் பையன் இப்ப இப்படித்தான் வெக்கப்படுவான்... கல்யாணமாயி, அஞ்சு வருஷத்துல பாரு.... வருஷத்துக்கு ஒண்ணா அஞ்சு பெத்துப்பான்...

மாது : அப்பா! உன் ஃப்ரெண்டு ரயில்வே கார்டுதான்... இல்லேங் கலே... அதுக்காக பேச்சு கூடவா கொடி மாதிரி பச்சையா இருக்கணும்...?!

★★★

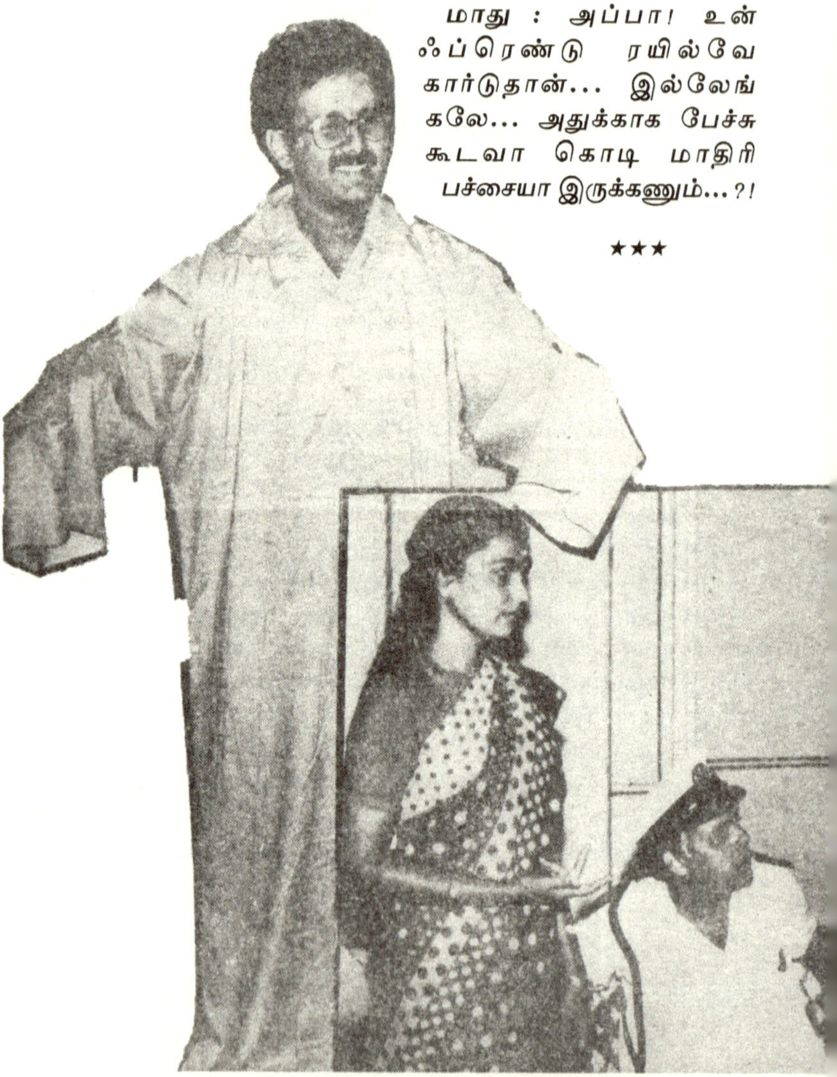

மாது : நீங்க உங்க மனைவியை அழைச்சுண்டு வரலையா...?

சேஷு : அவ செத்துப் போய் இருபது வருஷம் ஆயிடுத்துப்பா...

மாது : ஓ.... அதனாலதான் அழைச்சுண்டு வரலையா... அவங்களுக்கு உடம்புகிடம்பு சரியா இல்லையோன்னு நினைச்சேன்.

சேஷு : இதான் என் பையன்... உப்பிலின்னு பேரு... இவனுக்கு மூணு வயசு இருக்கும்போதே இவன் அம்மா போயிட்டா...

மாது: இவனோட அம்மாவும் செத்துட்டாங்களா?

சேஷு: என்ன சொல்றே நீ...?

மாது: உங்க மனைவிதான் போயிட்டாங்கன்னு பார்த்தா, உங்க பிள்ளையோட அம்மாவும் போயிட்டாங்க... உங்க குடும்பத்துலே இப்படி அடுக்கடுக்கா ஒரு சோகமா...!

சேஷு : மாது... நீ சரியா புரிஞ்சுக்கலேன்னு நினைக்கிறேன்... ரெண்டு பேரும் ஒண்ணுதான்... உப்பிலியோட அம்மா தான் என் மனைவி...

மாது : ஓ... அப்ப நீங்க கல்யாணம் பண்ணிண்டது உப்பிலியோட அம்மாவையா?!

★★★

மாது : ஏம்ப்பா சர்வர்... கோன் ஐஸ்க்ரீம் இருக்கா...?

சர்வர் : ஐஸ்க்ரீம் இருக்கு... ஆனா, கோன் இல்லே...

மாது: அப்புறம் எப்படி சாப்பிடறது... மெஷினைத் திறந்துவிட்டா நாங்களே கையால் பிடிச்சுச் சாப்பிட்டுக்கணுமா...?!

★★★

சீனு : ஏன் சார்... நீங்க என்ன உசரம்...?

வெங்கடேசன்: 6 அடி 4 அங்குலம்.

சீனு : வயசு...?

வெங் : 30.

சீனு : வருஷத்துக்கு இரண்டு

அங்குலம் வளர்ந்ததா வச்சாகூட இவ்வளவு உசரம் வராதே... ஒரு சந்தேகம்...

வெங்: என்ன?

சீனு : நீங்க பொறந்து வளர்ந்தீங்களா... இல்லே. வளர்ந்தே பொறந்தீங்களா-?!

★★★

மாது : எனக்குத் தெரியாதா கல்கத்தா...! இந்த ஜனகணமன அதிநாயக ஜயகே... தேசிய கீதம் எழுதினாரே, அவர் ஊர் தானே...?

ஜானகி: அப்பா..! ஒண்ணு கரெக்டா சொல்லிட்டீங்க..

மாது : ஒண்ணு என்ன... இன்னும் சொல்வேன்... வெள்ளைத் தாடி வச்சுண்டிருப்பாரே.... அவர்தானே...! நோபல் பரிசுகூட வாங்கினாரே கீதாஞ்சலினு கவிதை எழுதினதுக்கு... அவர்தானே...?

ஜானகி: பரவாயில்லையே..! நெறைய தெரிஞ்சு வச்சிருக்கீங்களே..!

மாது : எனக்கென்ன... தலையெழுத்தா... உன்கிட்ட கல்கத்தா போனேன்னு ரீல் விடறதுக்கு? அப்புறம் வெங்கி... அவர் ஏன் கடைசில இப்படிப் பண்ணிட்டார்..

ஜானகி : அவர் என்ன பண்ணார்...?

மாது : இவ்வளவு பெரிய கவிஞர், இந்த சினிமால நடிக்க ஆரம்பிச்சுட்டார்...

ஜானகி : அட ராமா! அது ஷர்மிளா டாகூர்....!

★★★

ராமா : சரி... நான் போய்க் குளிச்சுட்டு வரேன்...

மைதிலி : நானும் வரேன்னா...

ராமா : இரேண்டி.... எல்லாரும் சேர்ந்து குளிக்க பாத்ரூம்ல என்ன குத்தால அருவியா கொட்டறது....?!

★★★

மாது : வெங்கி எழுதியிருக்கிற லெட்டரைப் படிக்கறேன் கேளு... ஜானகி... நீ வானம்னா நான் மேகம்... நீ மேகம்னா நான் மழை.... நீ மழைன்னா நான் பூமி... நீ பூமின்னா நான் அதுல வளர்ற பயிர்.

சீனு: அப்புறம்...?

மாது : அவன் பாதிதான் எழுதியிருக்கான். மீதியை நான் சொல்

றேன்... நீ பூமின்னா நான் பயிர் நீ பயிர்னா நான் நாத்து.... நீ நாத்துன்னா நான் வாத்து...

சீனு : மாது, அவன் ஏன் லெட்டரை பாதில நிறுத்தியிருக்கான்...?

மாது : பயிருக்கு அப்பால பயலுக்குத் தெரியலை... கிராம முன்சீப்கிட்ட கேட்டு மீதியை எழுதுவான் போலருக்கு....

சீனு: இல்லேடா பைத்தியம்... அவன் லெட்டர் எழுதறதை ஜானகி பார்த்திருப்பா... கால்ல இருக்கற செருப்பைக் கழட்டிக் காட்டியிருப்பா... பய பயந்து நிறுத்தியிருப்பான்.

மாது : அப்படியே ஜானகி செருப்பைக் காட்டினாலும் இந்த மூதேவி நிறுத்த மாட்டான். நீ செருப்புன்னா நான் பாதம். நீ பாதம்னா நான் முழங்கால்... அப்படீம்பான்...

(ஜானகி மயங்கிக் கீழே விழுகிறாள்)

மாது : ஜானகி... ஜானகி... உனக்கென்ன ஆச்சு... மாமா, ஜானகிக்கு என்ன ஆச்சு...?

சேஷு : மாப்பிள்ளை... ஒண்ணும் வருத்தப்படாதீங்கோ... நான் டாக்டரைக் கூப்பிடறேன்.... ஜானகிக்கு FIRST AID குடுக்க சொல்றேன்.

மாது : FIRST AID ஆ.....? என்னது....? ஜானகிக்கு வந்திருக்கறது AIDS-ஆ...?!

- கிரேஸி மோகனின் 'மாது மிரண்டால்'
நாடகத்திலிருந்து...

அன்றும் இன்றும்

கிரேஸி மோகன்

அப்போதைய படத்துக்கும் இப்போதைய படத்திற்கும் அதிகபட்ச ஒற்றுமை ஒன்றுதான். அது அடியேன். ஆனால் குறைந்தபட்ச வித்தியாசம் கோடிக்கு மேல் தேறும். உதாரணமாக...

சிறுவயது போட்டோ

1. அம்புலி மாமா வயசு
2. பிறந்த மேனி
3. இயல்பான சிரிப்பு
4. தங்கச் சங்கிலி
5. பேசத் தெரியாது.
6. தலை வாரியது அம்மா

7. கொலஸ்ட்ரால் கிடையாது
8. B.P. கிடையாது.
9. நாடகம் தெரியாத குழந்தை

இப்போதைய போட்டோ

1. கிட்டத்தட்ட குமுத வயசு.
2. ஆடை பாதி ஆள் பாதி
3. போட்டோவுக்காக கஷ்டப்பட்ட போஸ்
4. தங்கையின் சங்கிலி
5. தெரியாததைத்தான் பேசுவேன்
6. நானாக வாரிக் கொண்டேன் சும்மா.
7. கொழுப்பு ஜாஸ்தி.
8. கோவம் வந்தா B.P. கூரையைத் தொடும்.
9. சோ, மௌலியோடு ஒப்பிட்டா இப்பவும் குழந்தை.

இப்படிப் பல வித்தியாசங்கள் குமுதம் குறைந்த பட்ச வித்தியா சங்கள் ஸ்பெஷல் போட்டோ போடறப்ப அத்தனையும் சொல் றேன் 'கிரேஸி' மோகன்.

ரசிகர்களிடம் அலட்டினால் போடா என்று போய்விடுவார்கள்

எனக்கும் ஸ்ரீகாந்துக்கும் தனிப்பட்ட முறையில் நெருக்கம் உண்டு. ஸ்ரீகாந்தைத் தெரிந்த அளவுக்கு எனக்கு கிரிக்கெட்டைத் தெரியாது. அதனால் ஸ்ரீகாந்தைப் பேட்டி காண எனது குழுவைச் சேர்ந்த கிரிக்கெட் ஞானம் சற்றே உள்ள சிலர் சகிதம் சேப்பாக்கம் மைதானத்திற்குள் பிரவேசித்தேன்.

''டமல்,'' ''டுமீல்'', சத்தம். ஜனங்களின் கூச்சல். நாம் நுழைந்தது சேப்பாக்கமா யாழ்ப்பாணமா என்ற ஐயத்தில் எட்டிப் பார்த்தோம். பிட்சில் ஸ்ரீகாந்த். 24 பவுண்டரி, 11 சிக்ஸர் உடன் 200 ரன்களை இடைவெளிக்கு முன் விளாசிவிட்டு வீரமாக உணவு அருந்த உட்கார்ந்தார். அவரை நெருங்கி நாங்கள் தொடுத்த கேள்விக் கணைகளை மைதானத்தினுள் வெளிப்படுத்திய அதே லாகவத்துடன் தடுத்து அழகாக விடை பகர்ந்தார்.

கேள்வி : இந்தக் கிரிகெட் சீசனை அமர்க்களமாக டபுள் செஞ்சுரியில் துவக்கி இருக்கிறீர்கள். வெள்ளமாக வரவிருக்கும் ரன்களுக்கு இது ஒரு சாம்பிளா?

ஸ்ரீகாந்த் : அப்படி நடந்தால் எனக்குச் சந்தோஷந்தான். மத்தபடி, இன்னிக்கு மாட்டிகிச்சு. அடிச்சேன். அவ்வளவுதான்.

கேள்வி : தற்போதைய இந்திய அணியில் நீங்கள் இடம் பெறாதது குறித்து உங்களுக்கு வருத்தமா?

ஸ்ரீகாந்த் : ஆரம்பத்துல ஆதங்கந்தான். அதுக்காக ஆயுசு முழுக்க மூலைல உட்கார்ந்து அழ முடியுமா. நடந்ததை மறந்து நடக்கப் போவதை யோசிக்கவேண்டும்.

கேள்வி : ரவிசாஸ்திரி போன்றவர்களுக்கு கொடுக்கப்பட்ட சான்ஸ் உங்களுக்கு கொடுக்கப்படாததன் காரணம் என்ன?

ஸ்ரீகாந்த்: என்னை கேட்டால் எனக்கு எப்படி சார் தெரியும். நான் இங்கிலாந்து போவேன்னுதான் நினைச்சேன்.

கேள்வி : உங்கள் உடனடித் திட்டம் என்ன?

ஸ்ரீகாந்த் : எல்லா லெவல்களிலும் ரன்களை குவித்து இந்திய அணியில் விளையாட நான் தகுதியானவன்தான் என்று எனக்கும் மற்றவர்களுக்கும் நான் நிரூபிக்க வேண்டும். இது சுலபம் அல்ல. ஒத்துக் கொள்கிறேன். ஆனால் என்னால் முடியாத காரியம் அல்ல.

கேள்வி : அஸருதீன் கேப்டன்ஸி கிடைத்த பிறகு எப்படி

விளாசித் தள்ளுகிறார். பார்த்தீர்களா. உங்களிடமிருந்து கேப்டன்ஸி மட்டுமில்லாமல் உங்களைப் போன்ற பேட்டிங்கும் ஆடத்துவங்கி விட்டாரே. இதைப் பற்றி உங்கள் அப்ராயம் என்ன?

ஸ்ரீகாந்த் : அஸருதீன் 'சூப்பர்ப்'ஆக விளையாடுகிறார். எனக்கு மிக்க மகிழ்ச்சி. ஆனால் இந்த ஆட்டம் கேப்டன்ஸி கிடைத்த பிறகுதான் என்றில்லை. பாகிஸ்தானிலேயே இந்த அபாரமான பேட்டிங்கை துவக்கி இப்போது அதன் சிகரத்தை எட்டிப் பிடித்திருக்கிறார் அஸருதீன். முதல் டெஸ்ட் சீரியஸில் மூன்று முறை செஞ்சுரி அடித்ததன் காரணமாக ஒவ்வொரு முறை மைதானத்திற்குள் நுழையும்போதும் பெருத்த எதிர்பார்ப்பு எழுந்தது. இந்த பாரத்தின் காரணமாக அவரால் தனது இயல்பான கேமை ஆடமுடியவில்லை. ஆனால் பாகிஸ்தானில் இந்த தடங்கல்களை களைந்து தன் இயற்கையான ஆட்டத்தை ஆடி பெரிய ஸ்கோர்கள் அடிக்கும் லாகவத்தை மீண்டும் கைப்பற்றினார்.

கேள்வி : இந்திய அணியில் புதிதாகப் பிரவேசம் செய்திருக்கும் இளைஞர்களைப் பற்றி என்ன கூற விரும்புகிறீர்கள்?

ஸ்ரீகாந்த் : அனைவருமே திறமை வாய்ந்தவர்கள். ஆனால் கிரிகெட் ரசிகர்களுக்கு ஒரு வேண்டுகோள். புதிதாக வந்து நன்றாக ஆட ஆரம்பிற்கும் இளைஞர்களை ஊக்குவியுங்கள். அது அவர்களது ஆட்டத்தை வளர்க்கும். ஆனால் ஓவராக தலையில் வைத்துக்கொண்டு கூத்தாடாதீர்கள். அது அவ்விளைஞர்களின் இயல்பான ஆட்டத்தை பாதிக்கும். உதாரணமாக தெண்டூல் கரை மற்றுமொரு ப்ராட்மேன், கவாஸ்கர் என்றார்கள். இந்த அதிகப் புகழ்ச்சி ஒவ்வொரு முறை அந்தச் சின்னப் பையன் பேட்டிங்

செய்யும்போதும் சுமையாக தடங்கல் செய்யும். ஏனென்றால், இப்படித் தூக்கி வைக்கும் ரசிகர்கள்தான் நாளை சரியாக ஆடாவிட்டால் இறக்கிவிட்டு விடுவார்கள் என்ற பயம் மனத்தின் ஓரத்தில் இருந்து கொண்டே இருக்கும்.

கேள்வி : பொதுவாக தென் இந்தியாவிலிருந்து உருவாகும் ப்ளேயர்களுக்கு இயல்பான டேலண்ட் அதிகம். மனஉறுதி குறைவு. ஆனால் வட இந்தியாவிலிருந்து வரும் ஆட்டக்காரர்கள் இதற்கு உல்டா. இந்த கருத்து உண்மையா?

ஸ்ரீகாந்த் : இரண்டு தனிப்பட்ட ப்ளேயர்களை ஒப்பிடுவது தவறு என்பது என் எண்ணம். ஆனால் பொதுவாக தென் இந்திய ஆட்டக்காரர்கள் மிகுந்த திறமை இருப்பினும் எல்லாவற்றையும் கொஞ்சம் லேசாக எடுத்துக் கொள்வார்கள். செந்தில்நாதன் என்ற தமிழ்நாடு அணியைச் சேர்ந்த இளைஞர் அசாத்ய டேலண்ட் படைத்தவர். இவர் முன்னேற்றத்தில எதிர்பார்க்கும் வேகம் இன்னும் வராததற்கு காரணம் தென் இந்தியர்களுக்கே உரித்தான இந்தக் குணமோ என்பது என் ஐயம்.

கேள்வி : மைதானத்தில் ஆட்டத்திற்கு நடுவே ஒவ்வொரு ப்ளேயருக்கும் ஒரு தனித்தன்மை தென்படுகிறது. நிஜ வாழ்க்கை யிலும் இவர்களின் குணாதிசயங்கள் இத்தன்மையை ஒத்தே இருக்குமா?

ஸ்ரீகாந்த் : பெரும்பாலும் அப்படித்தான். உதாரணமா கவாஸ்கர் எப்படி கவனத்துடனும் உறுதியுடனும் ஆடுகிறாரோ அதே போல்தான் நிஜவாழ்க்கையிலும் ஒவ்வொன்றையும் பல முறை யோசித்து அமைதியாக செயல்படுவோர். அப்படித்தான் ரவி சாஸ்திரி. கபில், விஸ்வநாத் போன்றவர்கள் அவரவர்கள் ஆட்டத்தைப் போலவே வெளியிலும் அட்டகாசமாகப் பழகி கலகலப்பாக இருப்பார்கள்.

கேள்வி : உங்களது ஓய்வு நேரத்தை எப்படி செலவிடுவீர்கள்?

ஸ்ரீகாந்த் : எனக்கென்று ஒரு நண்பர் குழாம் உண்டு. அவர்களுடன் மனதார, அளவளாவி என்னுடைய மாலைநேரங்களில் பொழுதைப் போக்குவேன்.

கேள்வி : அப்படியென்றால் சினிமா, டி.வி. புத்தகங்கள்?

ஸ்ரீகாந்த் : டி.வி. அத்யாவஸ்யம் தவிர அனேகமாக கிடையாது. புத்தகம் படிப்பதில்லை. எப்போதாவது பலபேர் நன்றாக இருக்கிறது என்று கூறினால் மட்டுமே தியேட்டருக்குச் சென்று பார்ப்பது வழக்கம். அப்படி அபூர்வமாக பார்க்கும் படங்கள் பெரும்பாலும் தமிழ்ப் படங்களாகவே இருக்கும்.

கேள்வி : சமீபத்தில் பார்த்த படம்? எப்படி இருந்தது?

ஸ்ரீகாந்த் : கிழக்கு வாசல். நன்றாக இருந்தது.

கேள்வி : உங்களுக்கு பிடித்த சமையல்?

ஸ்ரீகாந்த் : நான் ஒரு டிபிகல் ஐயங்கார் சமையலை எப்பொழுதும் விரும்பி சாப்பிடுவேன். தக்காளி சாத்தமுது, சேனைக் கிழங்கு கரமுது, எனக்கு மிகவும் பிடித்த ஸ்பெஷாலிடீஸ்.

கேள்வி : குழந்தைகளுக்கு ஸ்ரீகாந்த் என்றால் உயிர். ஸ்ரீகாந்துக்கு குழந்தைகளைப் பிடிக்குமா?

ஸ்ரீகாந்த் : பிடிக்காது என்று கூற முடியாது. ஆனால் குழந்தை களுடன் கொஞ்சி விளையாடும் பொறுமை எனக்கு பலரைப் போல அவ்வளவாகக் கிடையாது.

கேள்வி : கிரிகெட் தவிர மற்ற விளையாட்டுகளில் ஆர்வம் உண்டா?

ஸ்ரீகாந்த் : சின்ன வயதிலிருந்தே கிரிகெட் உள்பட எல்லா விளையாட்டுகளிலும் எனக்கு ஈடுபாடு உண்டு. டென்னிஸ், வாலி பால், பேஸ்கட்பால், அத்லெடிக்ஸ், போன்றவைகளை நான் விளையாடி இருக்கிறேன். நான் கிரிகெட் ப்ளேயராவேன் என்று சின்ன வயதில் நினைத்ததே கிடையாது.

கேள்வி : ஒரு முக்யமான கேள்வி. 1985 உலக சேம்பியன் போட்டியை இந்தியா வென்றவுடன் உங்களைக் கையில் ஷேம் பியனுடன் டி.வி.யில் பார்த்தோம். ஆனால் நீங்கள் இப்போது குடிப்பதின் தீமையைப் பற்றிய விளம்பரத்தில் பங்கு கொள்கிறீர்கள். பலபேர் கேட்கிறார்கள். இடைப்பட்ட காலத்தில் ஸ்ரீகாந்த் ட்ரிங்ஸ் சாப்பிடுவதை விட்டுவிட்டாரா என்று தன்னிலை விளக்கம் தேவை.

ஸ்ரீகாந்த் : நீங்க நம்பினா நம்புங்க. நம்பாட்டி போங்க. நான் எப்போதுமே குடிக்க மாட்டேன். 1985ல் இந்தியா வரலாறு காணாத வெற்றியைச் சாதித்தபோது எல்லோரும் என்னை வற்புறுத்தி என் கையில் பாட்டிலைத் திணித்தார்கள். அன்றைய சந்தோஷத்திற்கு மரியாதை கொடுத்து அன்று பாட்டிலை மடியாக வைத்திருந்தேன். அவ்வளவே. அதனால்தான் தைரியமாக குடிப்பதின் தீமைகளைப் பற்றிய டி.வி. படத்தில் பங்குபெற தீர்மானித்தேன். அதேசமயம் புகைப்பிடிப்பதை எதிர்த்து ஒரு இயக்கம் என்னைப் பேச அழைத்த போது நான் மறுத்தேன். ஏனெனில் முன்னுக்குப் பின் முரண்பாடாக நடந்து கொள்வது என்றுமே எனக்குப் பிடிக்காத விஷயம்.

பேட்டி: கிரேஸி குழுவினர்

டைரக்டர் பாலசந்தரிடம்

கேள்வி : 'Marriage Made in Saloon' நாடகத்தை எந்த அடிப் படையில் படமாக்க முடிவு செய்தீர்கள்?

கே. பாலசந்தர் : ஒரு மாறுதலுக்காகத்தான். அந்த நாடகத்தின் வெற்றி என்னிடம் எந்தவித பாதிப்பையும் ஏற்படுத்திவிடவில்லை. மாறுதலுக்காக ஒரு படம் எடுக்க வேண்டும் என்று நான் நினைத்துக் கொண்டிருந்த சமயத்தில் இந்த நாடகத்தைப் பார்க்க நேரிட்டது. அதனாலேயே இதைப் படமாக்குவது என்று முடிவெடுத்தேன்.

கேள்வி : உங்களுடைய 'அக்னி சாட்சி' என்கிற சீரியஸான படம் எதிர்பார்த்த வெற்றியைக் கொடுக்கவில்லை என்பதால் உடனடியாக ஒரு காமெடி படம் எடுக்கத் தீர்மானித்தீர்களா?

கே. பி. : 'அக்னி சாட்சி' படத்தை நான் பத்து வருடங்கள் கழித்து எடுத்திருந்தால் அது இன்னும் சிறப்பாக ரசிக்கப்பட்டிருக்கும். இப்பவும்கூட இந்தப் படத்தை ஒருவர் 26 தடவை பார்த்திருக்கிறார். அது போதும் எனக்கு. எஸ்.பி.பாலசுப்ரமணியம் இதனுடைய காஸெட்டை வாங்கி வைத்துக் கொண்டு ஒரு நாள் விட்டு ஒரு நாள் படத்தைப் பார்த்து வருகிறார். அதாவது ஒரு சிலரை 'அக்னி சாட்சி' பெரிய அளவில் பாதித்திருக்கிறது. என்னைப் பொறுத்த வரையில் இது ஒரு சுய சாதனை. Self achievement. 'பொய்க்கால் குதிரை'யை அப்படிப்பட்ட சாதனையாக நான் நினைக்கமாட்டேன்.

ஒரே மாதிரியான இரண்டு படங்களை அடுத்தடுத்து எடுக்கக் கூடாது என்பதை கொள்கையாகக் கொண்டிருப்பவன் நான். 'தண்ணீர்..தண்ணீர்...' படத்தைத் தொடர்ந்து என்னுடைய அடுத்த படமும் அதே மாதிரி அரசியல் கலந்த படமாக இருக்க வேண்டும் என்று எதிர்பார்த்தார்கள்.... நான் மறுத்து விட்டேன்... கடுகளவுக்குக்கூட அரசியல் கலக்காத: 'அக்னி சாட்சி'யை எடுத்தேன்... இப்போது முற்றிலும் மாறுபட்ட காமெடி படம்: 'பொய்க்கால் குதிரை'யை எடுத்திருக்கிறேன்.

கேள்வி : 'Marriage Made in Saloon' ஒரு துணுக்குத் தோரண நாடகம் என்பது பலருடைய கருத்து. இது மாதிரியான நகைச்சுவை நாடகங்களால் தமிழ் கூடனுச்ஞுனு ன் தரம் பாதிக்கப்படுவதாக ஒரு குற்றச்சாட்டு இருந்து வருகிறது. தமிழில் சீரியஸ் நாடகங்கள் மிகக் குறைவாக மேடையேற்றப் படுவதற்குக் காரணமே இது

ஒன்பது கேள்விகள்

மாதிரியான நகைச்சுவை நாடகங்களின் வெற்றிதான் என்கிறார்கள். நீங்கள் என்ன நினைக்கிறீர்கள்?

கே. பி. : எல்லா 'துணுக்குத் தோரண' நாடகங்களையும் நான் பார்ப்பதில்லை... பார்க்கும் எல்லா நாடகங்களும் என்னை Impress செய்துவிடுவதில்லை... 'கிரேஸி' மோகனின் நாடகத்தைப் பொறுத்தவரை அதில் வரும் ஜோக்குகளால் மட்டுமே நான் கவரப்பட்டுவிடவில்லை. அந்த நாடகத்தில் இருந்த ஒரு சின்ன Thread என்னைக் கவர்ந்தது. எல்லா தரப்பினரும் ரசிக்கக்கூடிய டிராயிங் ரூம் காமெடி என்னைக் கவர்ந்தது. துளிக்கூட ஆபாசம் இல்லாமல் ஒரு நகைச்சுவைப் படத்தை எடுக்க முடியாதா என்று பார்ப்பதற்காகவும் இந்த நாடகத்தை எடுத்துக் கொண்டேன். மற்றபடி ஒரு துணுக்குத் தோரணத்தை சுலபமாகப் படமாக்கித் தப்பித்துக் கொள்ளலாம் என்ற நினைப்பில் நான் 'பொய்க்கால் குதிரையை எடுக்கவில்லை.

இன்னொரு விஷயம். ஆபாசத்தையும், அற்பத்தனத்தையும் ஒரு கதையோடு சொல்லும்போது மக்கள் ஏற்றுக் கொள்கிறார்கள். ஆனால் ஒரு டிராயிங் ரூம் காமெடியைஅதை வெறும் காமெடிக்காக மட்டும் படமாக எடுத்தால் அதை ரசிக்கக்கூடிய பக்குவம் இன்னும்

நடிகராக கவிஞர் வாலி

வரவில்லை. இப்போது என்னுடைய படமே ஒரு பரிசோதனைதான். கொஞ்சம் காஸ்ட்லியான பரிசோதனை! மக்கள் அதை ஏற்றுக் கொள்கிறார்களா, இல்லையா என்பது வேறு விஷயம்... ஆனால் விதவிதமாகச் சொல்ல வேண்டும். புதிதாகச் சொல்ல வேண்டும் என்று நினைப்பதில் தவறில்லையே!

இதெல்லாம் ஒரு பக்கம். என்னதான் துணுக்குத் தோரண நாடகங்கள் கொடி கட்டிப் பறந்தாலும் ஒரு கோமல் சுவாமிநாதனையோ, ஒரு பூர்ணம் விஸ்வநாதனையோ அவர்களால் அசைக்க முடியவில்லையே!

கேள்வி : 'கிரேஸி' மோகனின் நாடகத்தைப் படமாக்கி விட்டீர் கள். இதனால் சினிமா சான்ஸ் கிடைக்கும் என்கிற எதிர்பார்ப்பில் எல்லோருமே 'ஜோக்ஸ் தோரணம்' கட்ட ஆரம்பித்துவிட மாட்டார்களா?

கே. பி. : ஜோக்ஸ் தோரணம் என்பது இப்போது ஒன்றும் புதிதாகக் கட்டப் படுவதில்லையே! அவை ஏற்கெனவே இருந்து வருவதுதானே! எத்தனை பேர் நகைச்சுவை நாடகங்கள் போட்டாலும் Survival of the Fittest தகுதி உடையவர்கள் நிலைத்து நிற்பதுதானே நடக்கும்! மோகனின் நாடகத்தை நான் படமாக்கி விட்டதால் நிறைய பேர் ஜோக்ஸ் தோரணம் கட்ட ஆரம்பித்தாலும் அது அவர்களுக்கிடையே ஒரு மோதலாகத்தான் இருக்கும்... நாடகம் வெற்றியடையவில்லையென்றால் ஒதுங்கிக் கொள்ள வேண்டித்தான் வரும்!

கேள்வி : கவிஞர் வாலியை 'பொய்க்கால் குதிரை' படத்தில் நடிகராக அறிமுகப்படுத்த வேண்டும் என்ற ஐடியா உங்களுக்கு எப்படித் தோன்றியது?

கே. பி. : அந்த ரோலுக்குப் புதிதாக யாரையாவது போட்டால் நன்றாக இருக்கும் என்று நினைத்தேன்... என்னுடைய உதவியாளர்களுடன் பல பேரை 'டிஸ்கஸ்' பண்ணினேன்.... வாலியின் பெயரும் விவாதத்துக்கு வந்தது... அவர் நாடகத்தோடு தொடர்பு கொண்டவர்; நாடகங்களை இயக்கியவர் என்பதால் அவரையே நடிக்கவும் வைக்கலாம் என்று தீர்மானித்தோம்... வாலிக்கு டெலிபோன் மூலம் விஷயத்தைச் சொன்னேன்... கொஞ்ச நேரத்துக்கு அவர் எதுவுமே பேசவில்லை!

''என்னாலே நடிக்க முடியும்னு நீர் நினைக்கிறீரா....?'' என்று கேட்டார்.

''அப்படி நினைப்பதால்தானே டெலிபோனே செய்தேன்...'' என்று சொன்னேன்.

''நல்லா யோசனை பண்ணீரா...?'' என்று மறுபடியும் கேட்டார்.

''நல்லா யோசனை பண்ணாம போன் வரை வரமாட்டேனே...'' என்று மறுபடியும் சொன்னேன்!

''எதுக்கும் இன்னும் ஒரு வாரம் யோசனை பண்ணிட்டு போன் பண்ணுங்க...'' என்று சொன்னார்.

மிகவும் பிஸியானவர் கவிஞர் வாலி. புகழுள்ளவர். நல்ல பின்னணியுள்ளவர். என்ன காரணத்தினாலாவது படத்தில் அவர் நடிப்பு சரியாக வரவில்லையென்றால் அவருடைய 'இமேஜ்' பாதிக்கப்பட்டு விடும் என்பது எனக்குத் தெரியும். அதே சமயத்தில் அப்படி எதுவும் நேர்ந்து விடாது என்கிற தன்னம்பிக்கையும் எனக்கு இருந்தது. ஒரு வாரம் கழித்து மறுபடியும் டெலிபோன் செய்து, ''நீங்க தான் நடிக்கிறீங்க...'' என்று சொல்லி விட்டேன்.

ஹீரோவுக்கு மட்டுமில்லாமல் அப்பா வேடத்துக்கும் பார்த்துப் பார்த்து பழக்கப்பட்ட முகமாக இல்லாமல் ஒரு புது முகமாக இருந்தால் ஒரு Identification கிடைக்கும்; ஒரு Freshness இருக்கும் என்று நினைப்பவன் நான்.

கேள்வி : கதாநாயகன் வேடத்துக்கு ஒரு கன்னட நடிகரை அழைத்து வந்திருக்கிறீர்கள். 'இந்து'வின் ரோலில் நடிக்க இங்கு யாருமே இல்லையா?

கே. பி. : எதற்காக 'கன்னட நடிகர்' என்று இனம் பிரித்துப் பார்க்கிறீர்கள்? நான் இங்கிருந்து போய் கன்னடப் படங்களை டைரக்ட் செய்யவில்லையா? இங்கிருந்து கமலை அழைத்துக் கொணடு போய் இந்தியில் அறிமுகப்படுத்த வில்லையா? மலையாளத்திலிருந்து சுஜாதாவை அழைத்துக்கொண்டு வந்த போது, தெலுங்கிலிருந்து சரிதாவை அழைத்து வந்தபோது, மராட்டியரான சிவாஜிராவை அழைத்து வந்தபோது இந்தக் கேள்வியை யாருமே கேட்கவில்லையே! இப்போது ராமகிருஷ்ணா விஷயத்தில் மட்டும் ஏன் இந்தக் கேள்வி?

ஒரு நடிகர் எங்கிருந்து வருகிறார் என்பது பற்றி எனக்கு அக்கறையே கிடையாது. மொழிக்கு அப்பாற்பட்டது நடிப்பு என்பதை உறுதியாக நம்புபவன் நான். அவரிடம் Potential இருக்கிறதா, இருக்கிறதா, Alertness இருக்கிறதா Agility இருக்கிறதா இதுதான் எனக்கு முக்கியம். இவை எல்லாமே ராமகிருஷ்ணாவிடம்

கமலின் வாரிசு

இருக்கிறது என்பதை என்னுடைய 'அவள் ஒரு தொடர் கதை' கன்னடப் படத்தின் போதே தெரிந்து கொண்டேன். 'அரங் கேற்றம்' படத்தின்போது கமலிடம் நான் கண்ட Flash மாதிரி இவரிடமும் கண் டேன். ராமகிருஷ்ணா ஒரு நல்ல டான்ஸர். நாம் சொல்வதை மட்டும் அப்படியே நடித்துக் காட்டாமல், அதற்கு ஒரு படி மேலே போய் சொந்தமாகக் கற்பனை செய்து நடிக்கக்கூடியவர். அதைத் தவிர எனக்காகத்தான் முழு நேரத்தையும் ஒதுக் கித் தரத் தயாராக இருந்தவர்.

ஒன்று மட்டும் நிச்சயம். ராமகிருஷ்ணாவின் முழுத் திறமை யையும் சரியான முறையில் வெளிக் கொண்டு வந்தால், சரியான வகையில் அவரைப் பயன்படுத்திக் கொண்டால் கமலுக்கு ஒரு திறமைமிக்க வாரிசாக அவர் உருவாகக்கூடியவர். But I don't say that he is a potential threat to Kamal!

கேள்வி : உங்கள் படத்துக்கே மவுண்ட் ரோடு ஏரியாவில் ரெகுலர் ஷோவுக்கு தியேட்டர் கிடைக்கவில்லை. அதாவது தமிழ்ப் படங்கள் அந்த அளவுக்கு ஒன்றன் பின் ஒன்றாகப் படையெடுப்பு செய்கின்றன. இந்த increase in quantity பற்றி உங்கள் அபிப்பிராயம் என்ன?

கே. பி. : அதைப் பற்றி அபிப்பிராயம் சொல்ல எனக்கு அருகதை கிடையாது. காரணம், வேறு எந்தத் தொழிலை எடுத்துக் கொண்டாலும் அதில் நுழையக் கொஞ்சமாவது முன் அனுபவம் அவசியமாகிறது. ஆனால் சினிமாவுக்கு மட்டும் அப்படிக் கிடையாது. இங்கு யார் வேண்டுமானாலும் படம் டைரக்ட் செய்யலாம். யார் வேண்டுமானாலும் படம் தயாரிக்கலாம். இங்கும் நான் முன்னால் சொன்ன Survival of the fittest தான்!

'பொய்க்கால் குதிரை' படத்தை நான் ஜூலை மாதமே வெளியிட வேண்டும் என்று தீர்மானித்து அதற்காகத் தியேட்டர்களையெல்லாம் கூட முடிவு செய்து வைத்திருந்தேன். ஆனால் சில தவிர்க்க முடியாத காரணங்களால் ரிலீஸ் தேதியைத் தள்ளிப் போட வேண்டியதாகிவிட்டது. இப்போது மவுண்ட் ரோடில் தியேட்டர் கிடைக்காவிட்டாலும் வெளியூர்களில் நல்ல தியேட்டர்கள் கிடைத்திருக்கின்றன. அதனாலேயே பரவாயில்லை என்று அட்ஜெஸ்ட் செய்து கொண்டு விட்டேன்.

கேள்வி : 'பொய்க்கால் குதிரை' படத்தில் ஆபாச வசனங்களே

இருக்காது என்று ஒரு பேட்டியில் கூறியிருந்தீர்கள். ஆனாலும், 'பெண்ணின் படம் வரைந்து பாகங்களைக் குறி' என்று படத்தில் ஒரு இடத்தில் வருகிறதே?

கே. பி. : இந்த வசனம் இடம்பெறும் காட்சியைப் படமாக்கும் போது இதில் ஆபாசம் இருப்பதாகவே நான் நினைக்கவில்லை. அதற்கு முக்கிய காரணம், இந்த வரியைத் தொடர்ந்து... 'அது கூட உன்னாலே முடியலேன்னா ஒரு தவளையின் படத்தை வரைந்து பாகங்களைக் குறி.....' என்கிற வரியும் கூடவே இருந்தது. கடைசியில் 'எடிட்டிங்' போது தவளை வெட்டுப்பட்டுவிட்டது. அப்புறம்கூட நீங்கள் சொன்ன வரியை நீக்கிவிடலாம் என்று நான் நினைத்தது உண்மை. But it was too late. பிரிண்டுகளெல்லாம் ரெடியாகி விட்டன.

கேள்வி : உங்கள் படங்களில் கமலை கௌரவ வேடத்திலாது நடிக்க வைப்பதை வாடிக்கையாகக் கொண்டிருக்கிறீர்களே, இதற்கு Sentiment ஏதாவது காரணமா?

கே. பி. : Sentiment எனக்கு இருக்கிறதோ இல்லையோ கமலுக்கு அப்படிப்பட்ட Sentiment உண்டு. தான் இல்லாத என் படங்களில் அட்லீஸ்ட் குறுக்கே நடந்து போகிற மாதிரியாவது வருகிறேனே என்று முன்பெல்லாம் சொல்வார்! அதுவே வழக்கமாகி அந்த Sentiment இப்பொழுது என்னையும் தொற்றிக் கொண்டு விட்டது. அவரை எப்படியாவது ஒவ்வொரு படத்திலும் உபயோகப்படுத்திக் கொள்வது வழக்கமாகி விட்டது எனது படங்களில் திருவள்ளுவர் வருகிற மாதிரி! கன்னட 'அவள் ஒரு தொடர்கதை' படத்தில் கூட கமலை உபயோகப்படுத்திக் கொண்டிருக்கிறேன் கண்டக்டர் வேடத்தில்!

சவடால்காரன் : நான் பெரிய கிரிக்கெட் பிளேயராக்கும்.

மற்றவன் : லீக் மேட்சிலெல்லாம் ஆடுவது உண்டா?

சவடால் : ஓ.

மற்றவன் : எந்த லீக்?

சவடால் : முஸ்லிம் லீக்.

கமலிடம் சில கேள்விகள்

குமுதம் இதழ் தயாரிக்கும் இனிய பொறுப்பை ஏற்றுக்கொண்டவுடனே, முதல் பேட்டி கமலுடன்தான் என்று நிச்சயம் செய்தேன். அன்று மாலையே அவர் அலுவலகத்தில் பேட்டி தர ஒப்புக்கொண்டார். கேள்விகளை தயார் செய்து கொண்டேன். சமீபகாலமாக அவருடன் பெரும்பாலும் தினமும் பேசிப் பழகி, பல விஷயங்களைப் பரிமாறிக் கொண்டாலும். பேட்டி என்று செல்வது இதுதான் முதல் முறை.

சமயத்திற்கு டேப் ரெக்கார்டரும் கைவசம் இல்லை. இரண்டு காஸெட்டுகள் மட்டும் வாங்கிக் கொண்டு கமல் அலுவலகம் சென்றேன். அவருடைய டேப் ரெக்கார்டரையே வாங்கிக் கொண்டேன்.

பேட்டி துவங்கு முன்பு, டேப் ரெக்கார்டரை வைத்துக் கொண்டு நான் அவஸ்தைப்படுவதைப் பார்த்து, 'நானே ஆப்ரேட் செய்கிறேன்', என்று டேப் ரெக்கார்டரை அவரே ஆன் செய்தார்.

கிரேஸி : உங்களைச் சந்திக்கறது பலருக்கு லைஃப் ஆம்பிஷனாய் இருக்கு. அது மாதிரி... நீங்க யாரோட பேட்டி கண்டு மனம் திறந்து போறதுக்கு விருப்பப்படறீங்க ஏன்?

கமல் : பல பேரோட... முக்கியமா நான் ரொம்ப நாளாய்த் தனியா சந்திக்கிற சந்தர்ப்பங்களை யெல்லாம் பேட்டியா நினைச்சுக் கிட்டு இருக்கிறது சிவாஜி கணேசன் அவர்களைத்தான்.

ஒவ்வொரு முறை சந்திக்கும் போதும் என் மனசுக்குள்ள இதை ஒரு பேட்டியாய் நினைச்சுக்குவேன். பப்ளிஷ் ஆகிறதா இல்லையா என்பது முக்கியமில்லை. என் மனசில பிரிண்ட் ஆயிரும். அதே மாதிரி எம்.ஜி.ஆர். அவர்களையும் சொல்லலாம்.

எனக்குத் தொழில் ரீதியா இருக்கிற சந்தேகங்களைக் கூட, ரகசியமா அவருக்கும் தெரியாமல் இது ஒரு பேட்டி என்கிற ஃபீலிங்கே இல்லாமல் மெதுவா கேள்விகள் கேட்டுக்கிட்டே இருப்பேன். ஒவ்வொரு முறையும் அது எனக்கு ஒரு பேட்டியாதான்

இருக்கும். நான், பாலசந்தர் அவர்களைப் பற்றிச் சொல்லும்போது ஏதோ சோப் போடறேன்னுவாங்க. வீடெல்லாம் கட்டியாச்சு. இனிமேல் சோப் போட வேண்டாம். இன்னும் சில பேர் இருக்காங்க. பாலமுரளி கிருஷ்ணா. அதன் பிறகு என் தகப்பனார்கிட்டயே ஒரு பேட்டியா தான் நினைச்சுப் பேசுவேன். எனக்கும் அவர்களுக்கும் தொடர்புகளே ரொம்ப அழுத்தமாய் இருந்தது கிடையாது. டெய்லி 'அப்பா எங்க போற' என்று கேட்கும் அளவு அவரிடம் பேசியது கிடையாது. ஃபர்ஸ்ட் நான் எங்கப்பாவை ஸ்பரிசித்ததே எங்க மதர் டெத்தின் போதுதான். இறந்து போயிடுவாங்கன்னு டாக்டர் சொன்னபோது தான் எங்கப்பாவைக் கையால அணைச்சுப் பிடிச்சுக்கிட்டேன்.

மத்தபடி தள்ளி நின்னுதான். அவர் அணைச்சுக்கிட்டாதான் உண்டு. நாங்களா அணைப்பதில்லை. ஸோ அப்படி இருக்கும் போது அவரே ஒரு பிரமுகர்தான். பேட்டி காணலாம். இறந்து போன ஆல்ஃப்ரட் ஹிட்ச்சாக்கோட ஒரு பேட்டி பண்ணணும். வி.பி.சிங்கைப் பார்க்கணும். பேட்டி காணணும்.

கிரேஸி : (சிரிப்பு)

கமல் : அதுவும் இப்ப! உடனுக்குடன். நிஜத்தைச் சொல்லுங்க சார்னு ஒரு பேட்டி எடுக்கணும்.

கிரேஸி : நிஜத்தைச் சொல்லுங்க சார்னா?

கமல் : இந்தக் கதையெல்லாம் வேண்டாம் சார். நிஜத்தச் சொல்லுங்க சார்னு ஒரு நண்பன் போலப் பேசி இப்படி அடுக்கிக் கிட்டே போலாம். எனக்கு எந்த எந்தக் கோணங்களில் இன்டரஸ்ட் உண்டோ அங்கெல்லாம்... ஆர்னால்ட் ஸ்வாசன்னு ஒரு பாடி பில்டர் இருக்கார். அவரைப் போய் பேட்டி எடுக்கணும். இப்படிப் பல பேர்.

கிரேஸி : சினிமாவுக்குச் செலவழித்த நேரத்தில் இதைச் செய்திருக்கலாமே என்று உங்களுக்குத் தோன்றியதுண்டா? ரொம்ப பிடித்த விஷயங்கள்... அபிலாஷைகள்... புஸ்தகம் படிக்கிறது அது மாதிரி...

கமல் : சினிமா வந்து ஒரு வர்ஸடைல் மீடியம். சங்கீத சினிமா எடுக்கலாம். சைன்டிஃபிக் சினிமா எடுக்கலாம். டாக்குமென்டரியும் சினிமாதான். நாலட்ஜ் பூரா சினிமாவில் அடக்கிடலாம். டெய்லி அயம்லோனிங் ஃபார் சினிமா. எனக்கு இதுவரையில் என் லைஃப்ல ஒர்க் பண்ணினதே கிடையாது. என்னுடைய அபிலாஷைன்னு சொன்னீங்களே அதுவும் தொழிலும் ஒண்ணாயிடுத்து, இன்னிவரையில் நான் வொர்க்கே பண்ணது கிடையாது. தொழிலும்

என்னுடைய பொழுதுபோக்கும் ஒன்றாகப் போய்விட்டதால், ஐயோ, தொழில் போக வேற நேரம் கிடைக்கவில்லையே என்ற கவலை கிடையாது. நான் எந்த விஷயத்தை எடுத்தாலும் அதில் சினிமாவுடைய கனெக்‌ஷன் இருக்கற மாதிரி எனக்கு ஒரு ஃபீலிங்.

கிரேஸி : விவேகாநந்தர், பாரதியார், பகத்சிங், இந்த மாதிரி ஒரு பேட்ரியாடிக்கா. கப்பலோட்டிய தமிழன் மாதிரி...

கமல் : மொதல்ல... மொதல் கஷ்டம் வந்து, இதுக்கு நிறைய பட்ஜெட் வேணும். என் எஃப். டி.ஸி. குடுக்கற பட்ஜெட் போதாது ரஷ்யாவிலே குடுக்கற மாதிரி பட்ஜெட் வேணும் குடுக்க மாட்டாங்க. எனக்கு நிறைய வெற்றி வேணும். கம்மியான வெற்றியை என்னால் பொறுத்துக்க முடிவதில்லை. ஸோ நான் அந்த ஸைடும் இருப்பதால் ரொம்ப ஜாக்கிரதையாய் இருக்க வேண்டியிருக்கு. மற்றபடி பாரதியார் அவங்க இவங்கள்ளாப் பண்ணும் பொழுது... நல்லா... பளபளப்பா பண்ணலாம். பட்.. நிஜம் சொல்றதை நம் சென்சார் போர்டு ஒப்புக்கொள்ளாது. ரிச்சர்ட் அட்டன்பரோ காந்தி படத்தில் சிகரெட்டை சைட்ல வெச்சிருப்பாங்க. அது வேற யாரோ வெச்சதோ. ஒருவேளை ரிச்சர்ட் அட்டன்பரோ செய்த தப்புன்னு விமர்சனம் பண்ணலாம். குடுக்க வேண்டிய மரியாதையும் குடுக்கறாங்க. சரித்திர நிஜத்தை அப்படியே சொல்லியிருக்காங்க. சிகரெட் பிடிக்கற மாதிரிக் காட்டலை. நேரு பக்கத்தில் ஆஷ்டிரேயில் சிகரெட் புகைஞ்சுக்கிட்டுருக்கும். காந்தி படத்தில்! வேற யாரும் பக்கத்தில் பிடிக்கலை. அது அவர் சிகரெட்டாய்த்தான் இருக்க வேண்டும். இந்த அளவுக்குக்கூ. நிஜத்தைச் சொல்லவிட மாட்டாங்க.

சரித்திர பூர்வமான நிஜங்கள் சொல்ல முடியாது. ஸோ ஒரு இக்கட்டான நிலமை. எனக்குத் தெரிந்த வரையில் புத்தகங்களில் வரலாறுகளில் அபினுக்கு அடிமையானவர் பாரதியார்! புத்தகத்திலேயே இருக்கு!

இதையெல்லாம் ஒத்துப்பாங்களா? இப்படிக் காட்டினால்தான் பாரதி தரிசனம். இல்லைன்னா அது பாரதி தரிசனமில்லை. சும்மா எல்லாரும் காட்டற மாதிரி, சுத்திச் சூரிய வட்டம் போட்டு ஏசுநாதரை 20'ம் நூற்றாண்டு மனிதன் பார்ப்பது மாதிரி நான் பாரதியைப் பார்க்க விரும்பவில்லை. ஏன்னா பாரதி 20'ம் நூற்றாண்டில் வாழ்ந்தவன். அவனைப் போய் நாம்ப.. பழைய சூரிய வட்டம் போட்டு அவனைச் சிந்தனைச் சிலுவையில் யாரும் அறைஞ்சுடக் கூடாது. கற்பனைச் சிலுவையில் அறைஞ்சுடக் கூடாது. அதனால பண்ண முடியறதில்லை. பகத்சிங்கைப் போடணும்னா பல நிஜங்களைச் சொல்லணும். அவர் காந்தியைப் பற்றி என்ன

நினைக்கிறார் என்னும் நிஜத்தைச் சொல்லணும். அதைச் சொல்ல விடமாட்டாங்க. காந்தி ரசிகர்கள் தப்பாய் எடுத்துக்கக் கூடாது. மொத்தத்துல முக்கால்வாசி தப்பாய் எடுத்துக்கறவங்க யாருன்னு பார்த்தால் அது வேலையில்லாமல் இருக்கறவங்கதான்.

கிரேஸி : (சிரிப்பு)

கிரேஸி : அப்புறம்... இது ரொம்ப ஜெனரலாய்... என்னிலிருந்து எல்லாருக்கும் இருக்கும் ஒரு பெரிய கேள்வி. ஏன் நீங்க அடாவடித்தனமாய் ஒரே ஒரு படம் மட்டும் பண்றீங்க? கலைப் பிரியர்களுக்காக ஏன் நிறையப் படம் பண்ணக் கூடாது?

கமல் : தயாரிப்பாளருக்குத் துரோகம்! பத்து லட்ச ரூபாய், பதினைஞ்சு லட்ச ரூபாய் சம்பளம் வாங்கிக்கிட்டு... அதைப் போய்.. பதினைஞ்சு படம் ஏன் பண்ணணும்? அத்தனை கோடி ரூபாயை என்ன பண்ணப் போறீங்க? வேலைக்கும் துரோகம். என் தொழிலுக்கு நான் ஆனஸ்ட்டா இருக்கணும். அப்படிப் பார்க்கும்போது தேவையில்லாமல் என்னோட மகளுக்கும் ஒதுக்க முடியாத நேரத்தை என் குடும்பத்துக்கு ஒதுக்க முடியாத நேரத்தை நான் எப்படி இன்னொருவருக்காக ஒதுக்க முடியும்? முழு மனிதனாக நான் ஆகும் போதுதான் என்னுடைய நேரம் முழுசாய் இருக்கும். இல்லேன்னா பாதிப் பாதி... இன்கம்டாக்ஸ் பத்திக் கொஞ்ச நேரம், எப்பிடி ஃபைவ் ஸ்டார் ஹோட்டல் கட்டலாமா? த்ரீ ஸ்டார் ஹோட்டல் கட்டலாமா என்ற சிந்தனைகளையும் பல நேரம் வெச்சுக்கிட்டு, சினிமாவும் பண்ண முடியாது. என் திறமை ஏக்ஸைஸ்ட் ஆகாமல் இருக்கக் கொஞ்சம் கொஞ்சமாய்த்தான் செலவழிக்க வேண்டும். என் வார்த்தை அலங்காரங்களை என் சித்தாந்தச் சோலைகளை என் சிந்தனைகளைக் கொஞ்சம் கொஞ்சமாய் விட்டுக் கிட்டே இருந்தால் வருடத்தில் ஐந்து சினிமா பண்ணும்போது இரண்டு தான் எனக்கு சந்தோஷம் தரக் கூடியதாய் இருக்கும். நாயகனில் நான் காட்டியிருப்பது என்னுடைய வாழ்க்கை அனுபவம். முப்பத்தி அஞ்சு வருஷ அனுபவத்தை நான் நாயகனில் காட்டியிருக்கிறேன். அதை எவ்வளவு நாள் சொல்ல முடியும்? எத்தனை வேஷங்களில் சொல்ல முடியும்? ஆயிரம் வேஷம் செய்யலாம்ங்கறதெல்லாம் சும்மா. நடிகனுக்கு ஒம்பது முகம்தான். அதை பர்மியூடேஷன் காம்பினேஷனில் வேணும்னா சொல்லலாம். வீரசோகம், ஹாஸ்ய வீரம், சோக ஹாஸ்யம் இப்படிக் கலந்து கலந்து பண்ணிக்கிட்டே இருக்கோம்.

கிரேஸி : இதற்குப் போய்க் கோபித்துக் கொண்டேனே... அப்பிடின்னு ஏதாவது நினைத்த சம்பவம் உண்டா?

கமல் : கோபம்தான் என்னுடைய சந்தம்.

கிரேஸி : ரௌத்ரம் பழகு?

கமல் : ஆமாம். என்னுடைய சந்தமே கோபம்தான். அதாவது கோபம் என்பது அகங்காரத்தில் மட்டுமல்ல. ஆதங்கம், ஒருவிதமான வருத்தம். எனக்கு ஏதாவது ஒன்றைச் செய்ய இயலவில்லை என்றால் என்னைப் பொறுத்த வரையில் கோபம்தான். அதைப் பல வார்த்தைகளாய்ச் சொல்லிக்கலாம். ஒரு இயலாமை கோபமாய் மாறும் வருத்தம் கோபமாய் மாறும். தூக்கமின்மை கோபமாய் மாறும். எரிச்சல்னு ஒரு பெயர் அதற்கு இருந்தாலும் கோபம் ஏன் பட்டோம்னு சில முறை நினைச்சதுண்டு. பட், தேவையான்னு கேட்டா, அது தேவைதான். பத்து வருஷம் கழித்துத் தள்ளி நின்னு பார்க்கும்போது அந்தக் கோபம் தேவைன்னு தோணுது. குமுதத்தையே பலமுறை கோபிச்சுக்கிட்டிருக்கேன். அந்தக் கோபம் என்னைப் பொறுத்த வரையில் இன்னிக்கு நியாயமாய்ப் படுது. ''ஹை. சபாஷ்டா கமல். இன்னிக்கு அது மாதிரிக் கோபிச் சுப்பியான்னு கேட்டால் இல்ல இப்ப, ரொம்ப சாத்வீகமான கமல். கோவிச்சுக்கலாமா வேண்டாமான்னு யோசிக்கற கமல் இன்னிக்கு.''

கிரேஸி : தங்களை நெகிழ வைத்த சம்பவம்?

கமல் : நான் வெளியே காட்டிக்கிறதில்லையே தவிர, சின்னச் சின்ன விஷயங்கள் என்னை நெகிழ வைப்பதுண்டு இப்ப... டி.வி.ல குழந்தைகள் தீபம் ஏற்றிக் கொண்டு ஓடி வந்து ஜன கண மன தொனியில் முடிந்து மூவர்ணம் வரும் ... நான் நெகிழ்ந்து போகிறேன்... நிஜமாய் ரொம்ப நெகிழவைக்கிற விஷயம். ஐயோ இது நம்ம நாடில்லையானு! 'ஹை கப்ஸா விட்டிருப்பாரு இவரு பெரிய ஸ்பீச் குடுக்கறான்'னுவாங்க.' ஆனால் எனக்கு வந்து நான் பேட்டியே குடுக்கத் தகுதி இல்லாத ஒரு பாமரனாய் இருந்தால் கூட, அந்த நெகிழ்வு எனக்கு இருந்திருக்கும்.

கிரேஸி : இப்போ ஸ்ருதியை எப்படி வளர்க்க எண்ணம்?

கமல் : ஜோக் அடிக்கிறேன்னு நினைக்காதீங்க. மரம் மாதிரி வளர்க்க விரும்பறேன். கிளை விடற பக்கமெல்லாம் சுவர் இல்லாமல் பார்த்துக் கொள்வேன். தடை சொல்லாமல்! என்னுடைய கட்டிடத்துக்கு ஏற்ற மாதிரி கிளைகளை ஒடிக்கக் கூடாதுங்கறது என்னுடைய ஃபீலிங். எப்படி வளருதோ.. நல்லபடியாய் வளரட்டுமே. வேர் அழிஞ்சு போக நேரும்போது பூச்சி மருந்து அடிக்க வேண்டியது என்னுடைய கடமை. மற்றபடி மரம். நான் இப்படி வளரும்னு நினைச்சு அது வேற பக்கம் வளர்ந்ததுன்னா, பரவாயில்லை போயிட்டுப் போகட்டும்னு விட்டுடுவேன். அதோட ரூட் தான் என் கவலை. ஏன்னா, உச்சியில் ஏறி நான் ஒண்ணும் மருந்தடிக்க முடியாது. கீழே உரம் போடுவதுதான்

முக்கியம். மத்தபடி என் மகளை நான் மரம் மாதிரி வளர்க்க விரும்பறேன். என்னை அறியாமல் பேச்சு வார்த்தையில் ஒரு இலையைக் கிள்ளிடலாம். ஒரு கிளையை முறிச்சுடலாம். பெரியவளானதும் யோசித்து மன்னித்து விடுவாள் என்று நினைக்கிறேன்.

கிரேஸி : அதிகப் புகழ் என்பது அன்புத் தொல்லையாய் மாறுவதற்கு சான்ஸ் இருக்கு. ரொம்ப ஓவர் பாப்புலாரிட்டி உங்களோட நார்மல் டேடுடே லைஃபைத் தொடற அளவுக்கு இருக்கும். ஹௌ டு யூ டேக் இட்... ஆர்... எப்படிச் சமாளிக்கிறீங்க?

கமல் : அதாவது அதை ரெண்டு விதமாய் வெச்சுக்கலாம். ஒரு காலகட்டத்தில் என்னுடைய ரசிக தெய்வங்களே' என்று ஜெமினி கணேசன்லாம் மீட்டிங்கில் பேசுவார். கேட்டிருக்கேன். கொஞ்சம் மிகைப்படுத்திய விஷயமாய் எனக்குப்படும். யாரும் யாருக்கும் தெய்வம் கிடையாது. அதுவும் என்னுடைய சிந்தனைகள் மாறுபட மாறுபட அந்த வார்த்தையே கெட்ட வார்த்தை மாதிரி எனக்குத் தோன்றத் துவங்கியது.

இன்னொரு மனிதனைப் பார்த்து தெய்வமேன்னு சொல்றது கூடாது. என்னைக் கும்பிடுவதுதான் என் வெற்றி என்று நினைக்கிறார்கள். அதுக்கு என்ன பண்றதுன்னு தெரியலே. ரசிகர்களும் நானும் சமபங்குதாரர்கள். அவ்வளவு மதிப்புதான் அவர்களுக்கு நான் கொடுக்க முடியும். இப்ப இருக்கக் கூடிய நிலை, முப்பது வருடகாலமாக ஏற்பட்ட ஒரு போலிக் கலாசாரத்தில் 'என்ன சார்! நாங்க இல்லைன்னா நீங்க கிடையாது தெரியுமா?' அப்படின்றாங்க. ஒரு ஒட்டுமொத்தமான ரசிகர்களுக்கான குரலை ஒருவர் குடுக்கக்கூடாது அதுமாதிரி! நான் ஒரு தனிமனிதன். என்னுடைய வாழ்க்கைன்னு ஒண்ணு இருக்கு. நான் ஆடும் போது என்னுடைய ஆட்டம் உனக்குப் பிடித்திருக்கிறது. ஒரு விலைமாதுக்குக் கூட பகல் நேரத்தில் திடீர்னு தெருவில் போகும் போது, 'வர்றயான்னு' கேட்டால் கோபம் வரும். அந்த எரிச்சல் ஒரு கலைஞனுக்கும் வரலாம். சாமியார் கிட்டகூட அடிக்கடி போய் விபூதி கேட்கக் கூடாது. 'டேய் போடா'ன்னுவாரு. ஏசுநாதருக்கே பிடிக்கலையே... ஏசுநாதரே ''லீவ்மீ' ன்னு ஓடினாராம். என்னுடைய பிரைவேட் லைஃப் ரொம்ப முக்கியமான விஷயம் எனக்கு.

கிரேஸி : புராண இதிகாச காரக்டர்ஸ் இப்போ... பென்ஹர், டென் கமாண்ட் மென்ட்ஸ் பார்த்தீங்கன்னா... அந்த மாதிரி காரெக்டர்ஸ் ஏன் பண்றது இல்லை? அது ஏதாவது ஒரு ரெஸ்ட்ரிக்ஷன் உண்டா?

கமல் : தமிழகத்தில் பலபேர் நாத்திகன் ஆனதற்குக் காரணமே சாமி படங்கள் பார்த்து தான். ஏன்னா அவ்ளோ சாதாரணமா இருக்கு.

கிரேஸி : ஏன்? நீங்க எடுத்து நல்லா பண்ணலாமே!

கமல் : நான் மனிதர்களை நேசிக்க ஆரம்பித்து விட்டேன். அதனால் பெரிய முக்கியத்துவமாய் தெரியவில்லை.

கிரேஸி : உங்க தகப்பனார் தாயார் பற்றி...?

கமல் : நான்தான்!

கிரேஸி : (சிரிப்பு)

கமல் : நான்தான் அவர்களின் பிரதிபலிப்பு. என்னுடைய தவறுகள் நீங்கலாக, நல்ல விஷயங்கள் என் கிட்ட இருந்தால் எல்லாம் அவங்க ரெண்டு பேர்கிட்டேயிருந்துதான்.

(நிறைந்தது)

An art by ITC Advertising Agency, 1989

கிரேஸி மோகன்

எழுதிய நூல்கள்...

அலாவுதீனும் 100 வாட்ஸ் பல்பும்
அன்புள்ள மாதுவிற்கு...!
பிவேர் ஆஃப் மாது
சாக்லேட் கிருஷ்ணா
கிரேஸி கோஸ்ட்
கிரேஸி கிஷ்கிந்தா
கீதா உபதேசம்
கூகுள் கடோத்கஜன்
ஜுராசிக் பேபி
மாது மிரண்டால்
மதில் மேல் மாது
மாது + 2
மேரேஜ் மேட் இன் சலூன்
மீசை ஆனாலும் மனைவி
மிடில் கிளாஸ் மர்டர்
ஒரு பேபியின் டைரிக் குறிப்பு...
ரிடர்ன் ஆஃப் கிரேஸி தீவ்ஸ்
ஸாடிலைட் சாமியார்
ஹனிமூன் கப்பிள்
ஹியர் இஸ் காசி
அய்யா...! அம்மா...! அம்மம்மா...!
கிரேஸியைக் கேளுங்கள் – 1
கிரேஸியைக் கேளுங்கள் – 2
கிரேஸியுடன் சிரியுங்கள் – 1
கிரேஸியுடன் சிரியுங்கள் – 2

சோ

எழுதிய நூல்கள்...

- மஹாபாரதம் பேசுகிறது - பாகம் 1 & 2
- வால்மீகி ராமாயணம் - பாகம் 1 & 2
- இந்து தர்மம்
- எங்கே பிராமணன் ?
- Essence of Dharma - 1
- Essence of Dharma - 2
- ஹிந்து மஹா சமுத்திரம் - 1
- ஹிந்து மஹா சமுத்திரம் - 2
- ஹிந்து மஹா சமுத்திரம் - 3
- ஹிந்து மஹா சமுத்திரம் - 4
- ஹிந்து மஹா சமுத்திரம் - 5
- ஹிந்து மஹா சமுத்திரம் - 6
- வெறுக்கத்தக்கதா பிராமணீயம் ?
- அன்றைய வேதங்கள் முதல் இன்றைய - வியவஹாரங்கள் வரை (தர்மத்தின் ஸாரம்)
- எது தர்மம் ?
- என்று தணியும் இந்த சுதந்திர தாகம்
- இன்பக் கனா ஒன்று கண்டேன்
- இறைவன் இறந்து விட்டானா ?
- இரவில் சென்னை !
- ஜட்ஜ்மெண்ட் ரிசர்வ்டு
- மனம் ஒரு குரங்கு
- முகமது பின் துக்ளக்
- நேர்மை உறங்கும் நேரம்
- சாதல் இல்லையேல் காதல் !
- சாத்திரம் சொன்னதில்லை
- சம்பவாமி யுகே ! யுகே !
- சரஸ்வதியின் சபதம்
- சட்டம் தலை குனியட்டும்
- உண்மையே உன் விலை என்ன ?
- உறவுகள் இல்லையடி பாப்பா
- யாருக்கும் வெட்கமில்லை !
- ஏன் கூடாது ?
- எங்கே போகிறாய் ?
- எதற்காக ?
- அதிகப் பிரசங்கம்
- இந்தியா எங்கே போகிறது ?
- இவர்களைத் தெரிந்து கொள்ளுங்கள்
- கூவம் நதிக் கரையினிலே! - 1
- கூவம் நதிக் கரையினிலே! - 2
- கூவம் நதிக் கரையினிலே! - 3
- மை டியர் பிரும்மதேவா
- புரட்சி கீதை
- சர்க்கார் புகுந்த வீடு
- நம்மை நாம் அறிவோம்
- அரசியல் ராமாயணம் (சித்திரக் கதை)
- துக்ளக் ராசி - பலன்
- சிரிப்பு வருகிறது ! உஷார் !
- ஒண்ணரைப் பக்க நாளேடு - பாகம் - 1
- ஒண்ணரைப் பக்க நாளேடு - பாகம் - 2
- ஒண்ணரைப் பக்க நாளேடு - பாகம் - 3
- ஒண்ணரைப் பக்க நாளேடு - பாகம் - 4
- ஒண்ணரைப் பக்க நாளேடு - பாகம் - 5
- ஜக்குவின் நீதி சாஸ்திரம்
- ஜக்குவின் கணிப்பு
- இதுதான் என் வழக்கு !
- டியர் மிஸ்டர் வாசகரே !
- இவர்கள் சொல்கிறார்கள்
- சோ - வீரமணி பேட்டி
- இவர்களைச் சந்தித்தேன் (பேட்டிகள்) - 1
- இவர்களைச் சந்தித்தேன் (பேட்டிகள்) - 2
- இவர்களைச் சந்தித்தேன் (பேட்டிகள்) - 3
- அனுபவங்களும் அபிப்பிராயங்களும்
- பத்திரிகைகள் பலவிதம்...
- அரட்டை சங்கம்
- துக்ளக் வாழ்கிறார்
- எனக்குத் தெரிந்த நியாயம் சொல்கிறேன்
- நினைத்தேன் எழுதுகிறேன்
- அதிர்ஷ்டம் தந்த அனுபவங்கள்
- காமராஜை சந்தித்தேன்
- திரையுலகைத் திரும்பிப் பார்க்கிறேன்
- ராஜ்ய சபையில் சோ
- எமர்ஜென்ஸி
- இன்று நாளை என்னுடைய நிலைகள்...
- தடை செய்யப்பட்ட துக்ளக்
- முஸ்லிம் லீக் - ஆர்.எஸ்.எஸ். சந்திப்பு
- சட்டம் என்ன சொல்கிறது?
- தமிழக அரசியல் கட்சிகள்
- மதச்சார்பின்மை + செக்யூலரிஸம் = ?
- ஸ்திதப்பிரக்ஞன்
- நமது தலைநகரம் மாஸ்கோ !
- துக்ளக் படமெடுக்கிறார்
- துக்ளக் ஆண்டு விழா - 1
- துக்ளக் ஆண்டு விழா - 2
- வந்தேமாதரம்
- வாஷிங்டனில் நல்லதம்பி
- யாரோ இவர் யாரோ ?
- யார் பெறுவார் இந்த அரியாசனம் ?
- அடுத்த ஆட்சி நமதே !
- தேர்(தல்) திருவிழா
- திக்குத் தெரியாத நாட்டில்

www.ingramcontent.com/pod-product-compliance
Lightning Source LLC
LaVergne TN
LVHW100838051026
849519LV00006B/2349
* 9 7 8 9 3 6 3 5 8 9 4 0 7 *